અલંકાર

મિહિર જાગૃતિ વોરા

Made with ♥ on the Notion Press Platform
www.notionpress.com

આ પુસ્તક હું મારા માતા પિતા , મોટા ભાઈ ભાભી અને નાની પ્રિય ભત્રીજી ને અર્પણ કરું છું .

સામગ્રી

પ્રસ્તાવના

મિત્રો આ પુસ્તક માં ગુજરાતી વ્યાકરણ અલંકાર,રૂઢિપ્રયોગો,સંધિ,જોડણી નો પરિચય આપ્યો છે.

સ્વીકૃતિઓ

મિત્રો આ પુસ્તક માં ગુજરાતી વ્યાકરણ અલંકાર,રૂઢિપ્રયોગો,સંધિ,જોડણી નો પરિચય આપ્યો છે.આ પુસ્તક માટે મેં વિવિધ લેખ આધારિત માહિતી વિકિપીડિયા ,લેખ ને લાગતા આવેલા વિવિધ અખબારી અહેવાલ અને જે તે લેખક ના લેખ ના સંદર્ભો નો સહારો લીધો છે તે સૌ નો હું આભાર માનું છું .

અનુક્રમણિકા

- અલંકાર અને તેના પ્રકાર
- રૂઢિપ્રયોગો
- સંધિ
- જોડણી

1

અલંકાર અને તેના પ્રકાર

મિત્રોઅલંકાર એટલે ઘરેણાં - આભૂષણ, આભૂષણની સજાવટ શોભા અર્પે છે. ભાષામાં વાણીને સજાવટ કરવાવાળા શોભાવાળા રૂપને 'અલંકાર' કહે છે.આ પુસ્તક માં ગુજરાતી વ્યાકરણ અલંકાર નો પરિચય આપ્યો છે.

આ પુસ્તક માટે મેં વિવિધ લેખ આધારિત માહિતી વિકિપીડિયા ,લેખ ને લાગતા આવેલા વિવિધ અખબારી અહેવાલ અને જે તે લેખક ના લેખ ના સંદર્ભો નો સહારો લીધો છે તે સૌ નો હું આભાર માનું છું .

અલંકાર એટલે શું ?

સાહિત્યમાં વાણીને શોભાવવા માટે ભાષાકિય રૂપોનો જે પ્રયોજન કરવામાં આવે છે તેને અલંકાર કહેવામાં આવે છે.

શબ્દાલંકાર એટલે શું ?

વાકય કે પંકિતમાં જ્યારે શબ્દની મદદથી ચમકૃતિ સર્જાય ત્યારે...

અર્થાલંકાર એટલે શું ?

વાકય કે પંકિતમાં જ્યારે અર્થની મદદથી ચમકૃતિ સર્જાય ત્યારે...

ઉપમેય એટલે શું ?

જે વસ્તુ કે પદાર્થની સરખામણી કરવાની હોય તે...

ઉપમાન એટલે શું ?

જે વસ્તુ કે પદાર્થની સાથે સરખામણીકરવાની હોય તે...

સાધારણ ધર્મ એટલે શું ?

બે જુદી જુદી વસ્તુઓ વચ્ચે રહેલા કોઇ ખાસ ગુણોને સાધારણ ધર્મ કહેવામાં આવે છે.

ઉપમાવાચક શબ્દો એટલે શું ?

બે જુદી જુદી વસ્તુઓ વચ્ચેની સરખામણી કરવામાટે વપરાતા શબ્દોને ઉપમાવાચક શબ્દો કહે છે.

શબ્દાલંકારના પ્રકાર

(૧) વર્ણાનુપ્રાસ (વર્ણસગાઇ)

(૨) યમક (શબ્દાનુપ્રાસ)

(૩) આંતરપ્રાસ (પ્રાससાંકળી)

(૪) અંત્યાનુપ્રાસ

અર્થાલંકારના પ્રકાર

(૧) ઉપમા (૨) ઉત્પ્રેક્ષા

(૩) રૂપક (૪) અનન્વય (૫) વ્યતિરેક (૬) શ્લેષ

(૭) સજીવારોપણ (૮) વ્યાજસ્તુતિ

(૧) વર્ણસગાઇ, વર્ણાનુપ્રાસ, અનુપ્રાસ અલંકાર:—

વાકય કે પંકિતના પ્રારંભે એકનોએક વર્ણ બે કે બે થી વધારે વખત આવી વાકયમાં ચમત્કૃતિ સર્જ્યાત્યારે...

ઉદાહરણ:—

૧ નિત્યસેવા,નિત્ય—કીર્તન—ઓચ્છવ નિરખવા નંદકુમાર રે.

૨ જને ગોવિંદા ગુણ ગાયા રે.

૩ નટવર નિરખ્યા નેન તે...

૪ માડી મીઠી,સ્મિતમધુર ને ભવ્ય મૂર્તિ પિતાજી.

૫ પુરી કાશી,કાંચી,અવધ,મથુરાને અવર સૌ

(૨) શબ્દાનુપ્રાસ, ચમક, ઝટ અલંકાર:—

જ્યારે વાક્યમાં પંક્તિમાં એક સરખા ઉચ્ચારવાળા અને અલગ અલગ અર્થ ધરાવતા બે અથવા બેથી વધારે શબ્દો આવી ચમત્કૃતિ સર્જય ત્યારે.

ઉદાહરણ:—

૧ કાયાની માયામાંથી છુટવા ગોવિંદરાયની માયા કરો.

૨ જાંબાળા...ખોપાળા...તગડીને ભડી...નેભાવનગર...

૩ હળવે હળવે હળવે હરજી મારે મંદિર આવ્યા રે.

૪ અખાડામાં જવાના મેં ઘણીવાર અ—ખાડા કર્યા.

૫ દીવાનથી દરબારમાં, દીવા નથી છે અંધારું ઘોર.

(૩) આંતરપ્રાસ, પ્રાસસાંકળી:—

પહેલા ચરણના છેલ્લો શબ્દનો અને બીજા ચરણના પ્રથમ શબ્દ વચ્ચે જ્યારે પ્રાસ રચાય ત્યારે..

ઉદાહરણ:—

૧ જતો હતો અંધ થતી નિશામાં,સુગુપ્ત રાજગૃહની દિશામાં.

૨ વિચારનો નેત્ર જલે ભરાય છે,શરીરનું ચેતન ત્યાં હરાય છે.

૩ પાનેપાને પોઢી રાત,તળાવ જપ્યું કહેતા વાત.

૪ સામા સામા રહ્યાં શાભે,વ્યોમ ભોમ બે સોય.

૫ વિદ્યા ભણિયો જેહ,તેહ ઘેર વૈભવ રૂડો.

વિદ્યા ભણિયો જેહ,કામનીકંચન ચૂડો.

(૧) ઉપમા અલંકાર:—

ઉપમેયની ઉપમાન સાથે સરખામણી કરવામાં આવે ત્યારે....

ઉપમાવાચક શબ્દો (શું,શી,શા,જેવું,જેવા,જેવી,જેમનું,તેમનું,સરખું,સમોવડું,તુલ્ય,પેઠે,માફક,સમાન,)

ઉદાહરણ:—

૧ પુરુષોની માફક સ્ત્રીઓ પણ કેળવણી લઇ શકે છે.

૨ મને તેમનું વચન અપમાન જેવું લાગે છે.

૩ સંતરાની છાલ જેવો તડકો વરસે છે.

૪ ધરતીપર વરદાનની માફક ચાંદની ઉતરી રહી છે.

૫ શામળ કહે બીજાબાપડા, ફ્હાણ સરીખા પારખ્યા.

(૨) ઉત્પ્રેક્ષા અલંકાર:—

ઉપમેય અને ઉપમાનની એકરૂપતાની સંભાવના/શકયતા વ્યક્ત કરવામાં આવે ત્યારે.. … …

ઉત્પ્રેક્ષા વાચકશબ્દો:—જાણે,રખે,શકે

ઉદાહરણ:—

૧ જેનામાં વૃક્ષપ્રીતિ નથી એનામાં જાણે કે જીવનપ્રીતિ નથી.

૨ વપુ-તેજ પ્રગટ્યું ભગવાન ,જાણે થયા ઉઠે શશિયર-ભાણ.

૩ જ્યાં-ત્યાં આવી વય બદલી સંતાય,જાણે પરીઓ.

૪ દર્દ અને ઉપેક્ષા જાણે ગળથૂંથી માંથી જ મળેલા.

૫ થાય છે મારી નજર જાણે હરણ ન રહે ઠેકતી એ ઘાસમાં.

(૩) રૂપક અલંકાર:—

ઉપમેય અને ઉપમાનને એકરૂપ દર્શાવવામાં આવે ત્યારે ...

ઉદાહરણ:—

૧ બિદુને નવી મા મળતાં પ્રેમ સાગરમાં ભરતી આવી.

૨ ફાગણનાં વૃક્ષો પરથી સૂરજને ખરતો જોઉં છું.

૩ ધણી સુરભિ સુત છે.

૪ હરખને શોક ની ના‘વે જને હેડકી.

૫ ઊગતાને પાયે જગની જેલ.

અનન્વય અલંકારઃ—
ઉપમેયની ઉપમેય સાથે જ સરખામણી કરવામાં આવે ત્યારે...
ઉદાહરણઃ—
૧ મહુડાના વૃક્ષો એટલે મહુડાના વૃક્ષો.
૨ હિમાલય એટલે હિમાલય.
૩ આકકાનું વર્તન એટલે આકકાનું વર્તન,
૪ માતેમા બીજા બધા વગડાના વા.
૫ મનેખ જેવા મનેખને કપરો કાળ આવ્યો.
વ્યતિરેક અલંકારઃ—
ઉપમાન કરતાં ઉપમેયને ચડિયાતું બતાવવામાં આવે ત્યારે ..
ઉદાહરણઃ
૧ બાપુનુ હૃદય ફૂલ કરતાં કોમળ હતું.
૨ કમળકળી થકી કોમળું રે બેની અંગ છે એનું !
૩ સુદામાના વૈભવ આગળ કુબેર તે કોણ માત્ર.
૪ ઊર્મિલાની વાણી અમૃતથીયે મીઠી છે.
૫ તું ચંદ્રથી ચારુ સુહાસિની છે.
શ્લેષ અલંકારઃ—
જ્યારે શબ્દને જોડવાથી કે તોડવાથી (અર્થાત્)
એક જ શબ્દના બે કે બેથી વધારે અર્થ બને ત્યારે...
ઉદાહરણઃ—
૧ જવાની તો આખરે જવાની છે.
૨ સાહેબ ,આબાં નીચે મરવા પડયા છે.
૩ રવિને પોતાનો તડકો ન ગમેતો જાય કયાં.
૪ હું માનવી માનવ થાઉં તો ઘણું.
૫ તપેલી તપેલી છે.
સજીવારોપણ અલંકારઃ—
નિર્જીવ વસ્તુમાં સજીવ વસ્તુનું આરોહણ કરવામાં આવે ત્યારે.. .. ..
૧ નવપલ્લવો મમતાભરી નજરે સ્વામીજીને જોવા લાગ્યા.
૨ ઋતુઓ વૃક્ષોને વહાલ કરતા થાકતાં નથી.
૩ સડક પડખું વાળીને સુઇ ગઇ.
૪ રાતે તડકાએ રસ્તામાં રાતવાસો કર્યો.
૫ ઋતુઓ ને દૂરદ્દૂર વહીજતી જોવું છું.
નીચેના વાકયોના અલંકારના પ્રકાર જણાવો .
૧ હરિના જનતો મુકિત ન માગે,માગે જનમોજનમ અવતાર .
૨ ભૂતળ ભકિતપદારથ મોટું,બ્રહ્મલોકમાં નાહી રે..
૩ શામળ કરે બીજા બાપડા ધ્રાણ સરીખા પારખ્યા.
૪ જે જોયું તે જાય,ફૂલફુલ્યું તે ખરશે.
૫ મન ! લોચનનો પ્રાણતું,લોચન મન કાય. !
૬ હરખે શોકની ના‘વે જેને હેડકી.
૭ જતો હતો અંધ થતી નિશામાં;
સુગુપ્ત રાજગૃહની દિશામાં.
૮ ત્યાં તો પેલી ચપળદીસતી વાસળી જાય ચાલી.
૯ ને આ બુઢ્ઢૌવડ પણ નકારે જ માંથુ હલાવી.
૧૦ ઊગતાને પાયે જગની જેલ.
૧૧ ફૂટી એને રૂંવેરૂંવે આંખ.

૧૨ ખૂદી તો ધરતી ખમે,વાઢીખમે વનરાઇ.

૧૩ સાપ એટલે ચક્ષુ:શ્રવા.

૧૪ છકડો જીવતું પ્રાણી બની ગયેલો.

૧૫ પુરુષોની માફક સ્ત્રીઓ પણ કેળવણી લઇ શકે છે.

૧૬ ભણેલી સ્ત્રીઓથી સંસાર એક રમણીય બાગ લાગે છે.

૧૭ ઋતુઓ વૃક્ષોનો વહાલ કરતા થાકતાં નથી.

૧૮ ઋતને દૂરદૂર વહીજતી જોઇ રહું છું.

૧૯ દર્દ અને ઉપેક્ષા જાણે ગળથૂંથીમાં જ મળેલા.

૨૦ બળતા અંગારા જેવી આંખો સ્થિર કરી.

૨૧ મોતી એટલે મોતી.

૨૨ જવાની તો જવાની.

૨૩ બળની વાતો બહુ કરે,કરે બુદ્ધિના ખેલ.

૨૪ આપદ કળે જાણૌ,તલમાં કેટલુ તેલ.

૨૫ તમારા રૂપ આગળતો કોયલ પણ ઝાંખીપડી જાય.

૨૬ લીલ લપાઇ બેઠી જઇને તળીયે.

૨૭ ઘડિયાર નાંકાંટા ઉપર હાંફયાં કરે સમય.

૨૮ તપેલી તો તપેલી છે.

૨૯ સાહેબ, આંબા નીચે મરવા પડયા છે.

૩૦ આકકાનું વર્તન આકકાનું વર્તન.

૩૧ કમળ કળીથકી કોમળ રે,બેનીઅંગ છે એનું.

૩૨ તુ ચંદ્રથી ચારુ સુહાસિની છે.

૩૩ ધણી સુરભી સુત છે.

૩૪ જયાં ત્યાં આવી વય બદલી સંતાપ,જાણે પરી ઓ.

૩૫ વિચારતો નેઝજલે ભરાય છે,
શરીરનું ચેતન ત્યાં હરાય છે.

૩૬ આરે કાંઠે ગાતો,જાતો સામે તીર.

૩૭ મહેતાજી નિશાળે આવ્યા, લાવ્યા પ્રસાદને કયૌ ઓત્સવ.

૩૮ ઘેર પધાર્યા હરિગુણ ગાતા, વાતા તાલને શંખ મૃદંગ.

૩૯ વિદ્યા ભણિયો જહ,તેહઘર વૈભવવરૂડો;
વિદ્યા ભણિયો જહ,કામીની કંચનચૂડો.

૪૦ અષ્ટસિદ્ધિ આંગણિયેરે,ઊભી,મુકિત છે એમની દાસી રે.

૪૧ કાયમ પહેલા નંબરે પાસથતી ગોપીબીજા નંબરના સ્થાનની દુશ્મન છે.

૪૨ મોતી અમારી કૂતરી, મોતી જેવી સફેદ હતી.

૪૩ પગલું લાંક વિનાનું ઊંટના જેવું પડતું.

૪૪ ડોહો સોટા જેમ હાલવાચાલવા લાગ્યો.

૪૫ છકડો પાણીપંથો ઘોડો થઇ ગયો.

૪૬ મેરુ તો ડગે પણ જેના મનનો ડગેઢ

૪૭ મીઠું તો મોંઘું મોતી થકી સોંઘામાં સોંઘું સદા.

૪૮ ગિલાનો છકડો એટલે ગિલાનો છકડો.

૪૯ પૃથિવીવલ્લભ એટલે ખરેખર પૃથિવીવલ્લભ.

૫૦ તમે પસંદ કરેલું પાત્ર પાણી વિનાનું છે.

૫૧ પૂરા બેહાલ,સુરત તુજ રડતી સૂરત.

૫૨ ગાંધીજી હિંસા અને અસત્યનાકટ્ર વિરોધી હતા.

૫૩ કયારેક ચાંદની ચાદર ઓઢીનેસુતેલા ડુંગરા ઓને જોતો.

૫૪ રાતોરાતવનપટ પડખું ફેરવી લે છે.

૫૫ લગન લગાડી આગ.

૫૬ મુંજે એક હાસ્યબાણ છોડ્યું

૫૭ પ્રકૃતિજ મારી માં રહી છે.

૫૮ ધઉંની ફલક સોના વર્ણ બની જાય છે.

૫૯ ડુંગરાઓ પરની હરિયાળીએ નવો વેશ સજી લીધો છે.

૬૦ ખૂદીતો ધરતી ખમે, વાઢી ખમે વનરાઇ.

૬૧ આ રમણીનો રાગ કોને મુગ્ધ ન કરે !

૬૨ જે વાંચે ચોપડી તે ચોપડી ચોપડી ખાય !

૬૩ નકશામાં મેં જોયું તે ન કશામાં જોયું

ભાષાનું કામ શું ? મનના ભાવ કે વિચારને પ્રગટ કરવાનું કર્મ ભાષાનું છે, પરંતુ ભાવ કે વિચારને અસરકારક અને આકર્ષક રીતે પ્રગટ કરવા ભાષા કે વાણીને સજાવટ કરવામાં તેને શણગારવામાં તેને મનોહર બનાવવામાં જે રૂપ અર્પવામાં આવે તે 'અલંકાર' બને છે.

અલંકારનો ઉપયોગ કવિતામાં થાય છે. પરંતુ તેનોઉપયોગ ગદ્યનિરૂપણમાં થાય છે. રસયુક્ત વાક્યને કાવ્ય કહે છે, પછી તે પદ્યપંક્તિ હોય કે ગદ્યકથન હોય.

અલંકારના પ્રકાર :

અલંકાર વાક્યમાં જે પ્રકારની કામગીરી બજાવે છે તેને આધારે તેના પ્રકારો પાડવામાં આવ્યા છે : અલંકારના મુખ્ય 2 પ્રકાર છે.

શબ્દાલંકાર

અર્થાલંકાર

શબ્દાલંકાર :

જે અલંકાર દ્વારા કેવળ શબ્દને જ ચમત્કૃતીભર્યા કે આકર્ષક બનાવવામાં આવે તેને શબ્દાલંકાર કહે છે. શબ્દાલંકારમાં શબ્દોની ખુબીની ચાવી તે તેના શબ્દો છે.

ઉદાહરણ : 'કૂંચી કરાવું કરુણાનંદ કેરી' માં શબ્દોની ખૂબી છે ને બદલે 'ચાવી બનાવું કરુણાનંદ' ની અર્થયુક્ત શબ્દ બદલવાથી શબ્દ ચમત્કૃતિ નાશ પામે છે.

ધ્યાનમાં રાખવાની બાબતો :

અલંકારનો અભ્યાસ કરતાં પહેલાં નીચેની બાબતોનો અભ્યાસ જરૂરી છે.

ઉપમેય : જેને માટે કોઈ સરખામણી કરવામાં આવી હોય તેને ઉપમેય કહે છે.

ઉપમાન : વસ્તુને (ઉપમેય) ને જેની સાથે સરખાવવામાં આવે તેને ઉપમાન કહે છે.

ઉપમાનવાચક કે વાચક: ઉપમેયની ઉપમાન સાથે સરખામણી કરતી વખતે સમ, સમાન, તુલ્ય, જેવું, શું, સમોવડું જેવા શબ્દોનો પ્રયોગ કરવામાં આવે છે. આ સરખામણી સૂચવતા શબ્દોને ઉપમાવાચક કે વાચક પદો કહે છે.

દા.ત. દમયંતીનું મુખ ચંદ્ર જેવું સુંદર છે.

ઉપમાન વાચક પદ સાધારણ ધર્મ સાધારણ ધર્મ : ઉપમેયને ઉપમાન સાથે કોઈએક સમાન ગુણની બાબતમાં સરખાવવામાં આવે છે કે એ ગુણને 'સાધારણ ધર્મ' કહે છે.

શબ્દાલંકારો ના પ્રકાર :

અનુપ્રાસ (વર્ણાનુપ્રાસ / વર્ણસગાઇ)

યમક (શબ્દાનુપ્રાસ)

પ્રાસસાંકળી (આંતરપ્રાસ)

અંત્યાનુપ્રાસ

અનુપ્રાસ (વર્ણાનુપ્રાસ / વર્ણસગાઇ) :

વ્યાખ્યા : વાક્યમાં એકનો એક વર્ણ (અક્ષર) શબ્દના આરંભે બે કે તેથી વધારે વખત આવે ત્યારે વર્ણસગાઇ કે વર્ણાનુપ્રાસ અલંકાર બને છે.

દા.ત. :

નટવર નિરખ્યા નેન! તેં...

નિત્ય સેવા, નિત્ય કીર્તન - ઓચ્છવ, નિરખવા નંદકુમાર રે.

જળનો જવાન જળવતી બને.

કાશીમાએ કામ કાઢ્યું.

મૂરખ મનમાં મોટા રે, અજાણ્યે ઉતારણ આણે.

યમક (શબ્દાનુપ્રાસ) :
વ્યાખ્યા: એકનો એક અક્ષરસમૂહ બીજીવખત આવતો હોય અને બન્ને ઠેકાણે એના જુદા જુદા અર્થ થતા હોય ત્યારે યમક અલંકાર બને.
દા.ત. :
માયાની છાયામાંથી કાયાને મુક્ત કરવા ગોવિંદરાયાની માયા કરો. (માયા શબ્દના બે અર્થ)
અખાડામાં જવાના મેં ઘણીવાર અખાડા કર્યા છે.
દીવા નથી દરબારમાં , દીવા નથી છે અંધારું ઘોર. ('દીવા નથી', 'દીવા નથી' એ સરખા ઉચ્ચારવાળાં પદો છે તેમનો અર્થ બદલાઈ જાય છે.)
જોતાં વાંત જ હઇયું વિષયશર વીંધી લીધ વિષમ શરે . (વિષમશર-કામદેવ/વિમ શરે - વિષણ બાણોથી)
હળવે હળવે હળવે હરજી મારે મંદિર આવ્યા રે.
પ્રાસસાંકળી / આંતરપ્રાસ :
વ્યાખ્યા: પહેલા ચરણના છેલ્લા શબ્દ અને બીજા ચરણના પહેલા શબ્દ વચ્ચે પ્રાસ રચાય ત્યારે પ્રાસસાંકળી કે આંતરપ્રાસ અલંકાર બને છે.
દા.ત.
વિદ્યા ભણિયો જેહ, તેહ ઘેર વૈભવ રુડો.
જાણી લે જગ દીશ, શીશ સદ્ગુરુને નામી.
મહેતાજી નિશાએ આવ્યા, લાવ્યા પ્રસાદને કથી ઓચ્છવ.
ઘેર પધાર્યાં હરિગુણ ગાતા, વાતા તાલને શંખ મૃદંગ.
અંત્યાનુપ્રાસ :
વ્યાખ્યા: કોઈપણ કડીની પહેલી લીટીને છેડે જેવા અક્ષરો આવે તેવા જ અક્ષરો બીજી લીટીને છેડે આવે ત્યારે અંત્યાનુપ્રાસ અલંકાર બને છે. અથવા પંક્તિને અંતે સમાન ઉચ્ચારવાળા શબ્દો આવ્યા હોય.
દા.ત. :
જો જો રે મોટાના બોલ, ઉજડ ખેડે બાજ્યો ઢોલ.
જામી ગઈ તરત ઘોર, કરાલ રાત . લાગી બધે પ્રસરવા પુર માંહિ વાત.
દુર્યોધન પ્રેષિત દૂત એક, દેખાવમાં ઘાતક દૃષ્ટ છેક.
જેની જશોદા માવલડી. ચરાવે ગોકુળ ગાવલડી.
અત્તરિયા! અત્તરના સોદાન કીજીએ. અત્તરિયા! અત્તરતો એમનેમ દીજીએ.
અર્થાલંકાર એટલે :
અર્થાલંકાર કે જે અલંકાર દ્વારા અર્થને ચમત્કૃતિભર્યાં કે આકર્ષક બનાવવામાં આવે તેને અર્થાલંકાર કહે છે.
ઉદાહરણ : ચાંદનીના ઢગલા જેવું હરણનું બચ્યું રૂપાની સાંકળે બાંધેલું હતું . આ વાક્યમાં કાનને મધુર લાગે તેવો અક્ષર કે શબ્દ નથી. પણ હરણના બચ્ચાને ચાંદનીના ઢગલા સાથે સરખાવવામાં આવ્યું છે. તેથી અર્થ સચોટ અને સુંદર બન્યો છે. હરણના બચ્ચાંની સુંદરતાની સચોટ છાપ આપણા મન પર પડે છે. અર્થને સુંદર સચોટ બનાવનાર અલંકારને અર્થાલંકાર કહે છે.
અર્થાલંકાર ના પ્રકાર :
ઉપમા
રૂપક
ઉત્પ્રેક્ષા
અનન્વય
વ્યતિરેક
શ્લેષ
વ્યાજસ્તુતિ
સજીવારોપણ
અર્થાલંકારના પ્રકારોની વિગતવાર સમજ નીચે મુજબ છે.
ઉપમા :
વ્યાખ્યા: બે જુદી જુદી વસ્તુઓ વચ્ચે કોઈ એક ખાસ ગુણ અંગે સરખામણી કરવામાં આવે અથવા ઉપમેયની ઉપમાન સાથે સરખામણી કરવામાં આવે, તેને ઉપમા અલંકાર કહે છે.

નોંધ : જેવું, જેવી, જેવો, સમાન, સરખો, શો, જેમ, સમોવડું, પેઠે, શી, સદેશ, તુલ્ય, સમું... જેવા ઉપમાસૂચક શબ્દો દ્વારા સરખામણી થાય.

દા.ત. :

ડોહો સોટા જેમ હાલવાચાલવા લાગ્યો.

શામળ કહે બીજા બાપડા , પ્હાણ સરીખા પારખ્યા.

વજ્જર સમાણા કોટના ગઢને તપાસીએ.

શરૂઆતમાં એ લોકો પીળચટા વાઘ જેવા લાગતા.

ધીમે ધીમે તે ડગ ધરતો-કોઇ મત્ત ગજેન્દ્રની માફક.

દમયંતીનું મુખ ચંદ્ર જેવું છે.

રૂપક :

વ્યાખ્યા: રૂપક ઉપમેય અને ઉપમાનને એકરૂપ બતાવવામાં આવ્યા હોય એટલે કે બન્નેની વચ્ચે સાધારણ ધર્મ જેવું હોતું નથી. ત્યારે રૂપક અલંકાર બને છે.

દા.ત. :

બપોર એ મોટું શિકારી કૂતરું છે.

દમયંતીનું મુખ તો ચંદ્ર છે.

અને આ ચરણ તમારાં પારિજાતનાં ફૂલ ફૂલની પગલી પાડો.

એમની આંખોમાં લાગણીની ભીનાશ હતી.

આ સંસારસાગર તરવો સહેલો નથી.

પંડની પેટીમાં પારસ છે પડ્યો.

ઉત્પ્રેક્ષા :

વ્યાખ્યા: ઉત્પ્રેક્ષા ઉપમેય જાણે ઉપમાન હોય તેવો તર્ક-સંભાવના કરવામાં આવે ત્યારે ઉત્પ્રેક્ષા અલંકાર બને છે. સંભાવના સૂચક શબ્દો : જાણે, રખે, શકે, શું વગેરે.

દા.ત. :

દમયંતીનું મુખ્ય જાણે પૂનમનો ચંદ્ર!

થાય છે મારી નજર જાણે હરણ, ને રહે છે ઠેકતી એ ધાસમાં.

હૈયું જાણે હિમાલય.

કાયાના સરોવર જાણે હેલે ચઢ્યા.

જ્યાં ત્યાં આવી વય બદલી સંતાય, જાણે પરીઓ.

અનન્વય :

વ્યાખ્યા: અનન્વય (અન્ + અન્વય) ઉપમેયની સરખામણી કરવા યોગ્ય ઉપમાન ન મળતાં ઉપમેયની સરખામણી ઉપમેય સાથે જ કરવામાં આવે ત્યારે અનન્વય અલંકાર બને છે.

દા.ત. :

મા તે મા

દમયંતીનું મુખ તે દમયંતીનું મુખ

ગાંધીજી એટલે ગાંધીજી

સાગર સાગર જેવો છે, આકાશ આકાશ જેવું છે.

જોગનો ધોધ એટલે જોગનો ધોધ.

વ્યતિરેક :

વ્યાખ્યા: વ્યતિરેક ઉપમેયને ઉપમાન કરતાં ચઢિયાતું ગણવામાં આવે છે ત્યારે વ્યતિરેક અલંકાર બને છે .

દા.ત. :

સુદામાના વૈભવ આગળ કુબેર તે કોણ માત્ર.

દમયંતીના મુખ પાસે તો ચંદ્ર પણ નિસ્તેજ લાગે છે.

હલકા તો પારેવાની પાંખથી, મ્હાદેવથીય મોટાજી.

ગંગાના નીર તો વધે ઘટે રે લોલ. સરખો એ પ્રેમનો પ્રવાહ રે.

શ્લેષ :

વ્યાખ્યા: શ્લેષ એક જ શબ્દના બે અથવા વધારે અર્થ થાય ત્યારે શ્લેષ અલંકાર બને છે.

દા.ત. :

રવિને પોતાનો તડકો ન ગમે તો ('રવિ'ના બે અર્થ) જાય

તમે પસંદ કરેલું પાત્ર પાણી વિનાનું છે. (પાત્ર-વ્યક્તિ, વાસણ; પાણી-જળ, તાકાત)

વ્યાજસ્તુતિ :

વ્યાખ્યા: નિંદા દ્વારા વખાણ અને વખાણ દ્વારા નિંદાના રૂપમાં હોય ત્યારે વ્યાજસ્તુતિ અલંકાર બને છે.

દા.ત. :

શું તમારી બહાદુરી! ઉંદર જોઈને નાઠા. (વખાણ દ્વારા નિંદા)

તમે ખરા પહેલવાન! ઊગતો બાવળ ફ્રદી ગયા.

સમીરને છેલ્લી પાટલી પર બેસવાનો શોખ છે.

છગન માયકાંગલો નથી, પાપડતોડ પહેલવાન છે.

આ હોશિયાર વિદ્યાર્થી બીજા નંબરના સ્થાનનો કટ્ટર વેરી છે. (નિંદા - વખાણ)

સજીવારોપણ :

વ્યાખ્યા: નિર્જીવમાં સજીવનું આરોપણ કરવામાં આવે છે. માનવસ્વભાવનું આરોપણ નિર્જીવ પદાર્થોમાં થાય ત્યારે સજીવારોપણ અલંકાર બને છે.

દા.ત. :

રામને , સીતાજી માટે વિલાપ કરતા જોઈને પથ્થરો પણ રડી ઊઠ્યા.

ફૂલ હસતાં હતાં.

દૂરના ડુંગરો સાદ કરીને બોલતા હતા.

રાતોરાત વનપટ પડખું બદલી લે છે.

તગડીનાં પાદર વીંધીને સડક દોડતી હોય.

2
રૂઢિપ્રયોગો

રૂઢિપ્રયોગો એટલે શું?

કોઈ શબ્દ કે શબ્દસમૂહ તેના મૂળ અર્થને બદલે તેના વિશિષ્ટ કે લાક્ષણિક અર્થમાં વપરાતાં રૂઢ થઈ ગયો હોય છે. આને રૂઢપ્રયોગ કે રૂઢિપ્રયોગ કહે છે.

શબ્દ એક રૂઢિપ્રયોગ અનેક :

એક જ શબ્દને કેન્દ્રમાં રાખીને જુદા જુદા અર્થમાં અનેક

રૂઢિપ્રયોગો

પ્રચલિત થયા છે. માનવદેહના કેટલાક અવયવોના આધારે પ્રચલિત થયેલા કેટલાક રૂઢિપ્રયોગો ઉદાહરણરૂપે જોઈએ :

માથું :

કોઈ મારા કામમાં માથું મારે એ મને ન ગમે. - દખલગીરી કરવી

તેનું વિચિત્ર વર્તન જોઈને મારું માથું ફરી ગયું. - ખૂબ ક્રોધ ચઢવો

માથું આપે તે જ સાચો મિત્ર. - બલિદાન આપવું

તે પોતાનાં માબાપ આગળ માથું જ ઊંચકી શકતો નથી. - સામા થવું

એ બિચારીને માથે તો ઝાડ ઊગ્યાં હતાં , તોપણ તે કદી હિંમત ન હારી. - ભારે દુઃખ પડવું

એની અયોગ્ય વાત સાંભળીને મારા બાપુનું માથું ફાટી ગયું. - ખૂબ ક્રોધ ચઢવો

આંખ :

છેવટે રેખાની આંખ ઊઘડી. - પરિસ્થિતિ સમજાવી

મારા બાપુને તો પોતાના કામમાંથી આંખ ઊંચી કરવાની પણ ફુરસદ નથી. - અતિશય વ્યસ્ત હોવું

બાપુએ આંખ કાઢી ત્યારે એ તોફાની છોકરો સીધો થયો. - ડરાવવું

દીકરીને સાસરામાં સુખી જોઈને માબાપની આંખ ઠરી - સંતોષ - આનંદ થવો

ઘણી વાર મા પોતાના પુત્રની ભૂલો તરફ આંખમીચામણાં કરે છે. - જોયું ન જોયું કરવું, ઉપેક્ષા કરવી

કાન :

એ કામ કરતાં પહેલાં બાપે દીકરાના અગાઉથી જ કાન ઉઘાડ્યા હતા. - ચેતવવું

કેટલાક માણસોને કોઈના કાન કરડવાની ટેવ હોય છે. - ગુસપુસ વાત કરવી

મંથરાએ કૈકેયીના કાન ફૂંક્યા. - ભંભેરણી કરવી

વાર્તા સાંભળવા બાળકો દાદાની સામે કાન માંડીને બેસે છે. - ધ્યાનપૂર્વક સાંભળવા બેસવું

જે વડીલોની વાત કાને ધરતો નથી તે છેવટે પસ્તાય છે. - કહ્યા પર લક્ષ આપવું

નાક :

એવું કામ કદી ન કરવું જોઈએ કે સમાજમાં નાક કપાય. - આબરૂ જવી

ગંદાંગોબરાં બાળકોને જોઈને મધર ટેરેસા નાક ચઢાવતાં નથી. - અણગમો બતાવવો

દીકરો તેને કહેવાય જે માબાપનું નાક રાખે. - લાજ રાખવી

અનેક વાર નાક વાઢવા છતાં તે અહીં આવ્યા કરે છે. - અપમાન કરવું

એકનું એક કામ કરી કરીને તેને નાકે દમ આવી ગયો. - બહુ હેરાન થવું

દાંત :

આપણા જવાનોએ શત્રુસેનાના દાંત ખાટા કરી નાખ્યા છે. - હેરાન કરી મૂકવું

જો વધારે હોશિયારી કરશો તો મારે તમારા દાંત પાડી નાખવા પડશે. - બળ બતાવવું

તે સૌની સામે દાંતિયાં કર્યા કરે છે. - ચિડાઈને બોલવું

ગરીબો બિચારા દાંતે તરણું લે છે તોપણ ધનિકોને દયા નથી આવતી. - લાચારી બતાવવી

અર્થ એક : રૂઢિપ્રયોગ અનેક

એક જ અર્થ આપતા એક કરતાં વધુ રૂઢિપ્રયોગો હોય છે. દાખલા તરીકે એક નાની વાતમાંથી ઝઘડાનું સ્વરૂપ ઊભું થયું એ અર્થ આપતા જુદા જુદા રૂઢિપ્રયોગો આપણી ભાષામાં પ્રચલિત છે, જેમ કે,

વાતનું વતેસર થવું

રજનું ગજ થવું

કાગનો વાઘ થવો

રાઈનો પહાડ થવો

રામમાંથી રામકહાણી થવી

બીજાં ઉદાહરણો પણ જુઓ : ઊંચા સ્થાનેથી નીચા સ્થાને જવું એ અર્થ આપતા રૂઢિપ્રયોગો :

કાકા મટીને ભત્રીજા થવું

ધરધણી મટીને ભાડૂત થવું

શેઠ મટીને વાણોતર થવું

'નકામો પ્રયાસ કરવો' એ અર્થ આપતા

રૂઢિપ્રયોગો

ચીંથરાં ફાડવાં

ફીંફાં ખાંડવાં

પાણીવલોણું કરવું

ચાળણીમાં પાણી ભરવું

ગોદડે ગાંઠ વાળવી

પાણીની ગાંસડી બાંધવી

પાણીમાં લીટા કરવા

ધુમાડાના બાચકા ભરવા

રૂઢિપ્રયોગોનો વાક્યમાં પ્રયોગ રૂઢિપ્રયોગો વાક્યમાં યોજાય છે ત્યારે તે વાક્ય વધારે સચોટ, અસરકારક અને જીવંત બને છે.

રૂઢિપ્રયોગ અને તેના અર્થ

(1) ખો ભૂલી જવી – જિંદગીભર યાદ રહે તેવો પાઠ શીખવો

(2) કાળાંધોળાં કરવાં – ખરાબ કામ કરવાં

(3) છાતી ફાટી જવી – અપાર શોક થવો

(4) જીવ તાળવે રંગાઈ રહેવો – ચિંતાભરી સ્થિતિમાં મુકાવું

(5) પેટનો ખાડો પૂરવો – ભૂખ સંતોષવી

(6) માથું કોરાણે મૂકવું – જીવનું જોખમ ખેડવું

(7) હાથ કાળા કરવા – કલંક લગાડનારું કામ કરવું

(8) ઝાટકણી કાઢવી – સખત શબ્દોમાં ઠપકો આપવો

(9) દયા ખાવી – અશક્ત કે નિર્બળ પ્રત્યે લાગણી થવી

(10) માયા લાગવી – મમતા બંધાવી, લાગણીનો સંબંધ થવો

(11) આત્મા ડંખવો – હૃદય ખૂબ દુ:ખી થવું

(12) ફજેતી થવી – બદનામી થવી, આબરૂનો ધજાગરો થવો

(13) મિજાજ ગુમાવવો – મગજનું સંતુલન ખોઈ બેસવું, ખૂબ ગુસ્સે થવું

(14) ચીતરી ચડવી – સૂગ થવી, મનને પસંદ ન પડવું

(15) ચસકો લાગવો – ખોટે રવાડે ચઢવું, ટેવને અધીન થઈ વર્તવું

(16) હાથા થવું – સાધન કે નિમિત્ત બનવું

(17) કાન નહીં દેવા – ધ્યાન ન આપવું

(18) રાખ વળી જવી – ભુલાઈ જવું

(19) મેથીપાક મળવો – માર ખાવો

(20) વટ હોવો – રોફ, દમામ હોવો

(21) હજમ કરવું – પચાવી પાડવું

(22) નખરાં કરવાં – નાટક કરવું, લટકાં કરવાં

(23) કમાલ કરવી – અન્યને નવાઈ પમાડે એવું પરાક્રમ કરવું નાખી

(24) જગ ખારું લાગવું – સંસારનું સુખ અપ્રિય લાગવું

(25) મન ઊઠી જવું – કોઈ વસ્તુમાં રસ ન રહેવો

(26) કીર્તિ પ્રસરવી – ખ્યાતિ કે નામના મળવી

(27) ટાઢો શેરડો પડવો – હૃદયને આઘાત લાગવો, ધ્રાસકો લાગવો

(28) આંખો મીંચી દેવી – દિવંગત થવું, મૃત્યુ પામવું

(29) લેવાઈ જવું – દૂબળા પડી જવું, શક્તિ હણાઈ જવી

(30) ઓઈયાં કરી જવું – બીજાની વસ્તુ પચાવી પાડવી, હજમ કરવી

(31) અભરે ભરાવું – સમૃદ્ધ થવું (હોવું)

(32) રગરગમાં વ્યાપી જવું – આખા શરીરમાં ફેલાઈ જવું

(33) તિલાંજલિ આપવી – છોડી દેવું, રુખસદ આપવી

(34) જીવ ચગડોળે ચડવો – વિચારોની ગડમથલ ચાલવી

(36) ઢંઢેરો પિટાવવો – છાની વાત જાહેર કરવી, ફજેતી કરવી

(35) હોળી કરવી – સળગાવી મારવું, નાશ કરવો

(37) પેટ ભરીને વાતો કરવી – ખુલ્લા, મોકળા મને વાતો કરવી

(38) ધોખો લાગવો – ખોટું લાગવું, માઠું લાગવું

(39) લવારો કરવો – કશા અર્થ કે સંદર્ભ વિના બકવાટ

(40) મોટા પેટના હોવું – ઉદાર મનના હોવું

(41) અવળું મોઢું કરવું – સામે જોવાનું બંધ કરવું

(42) થાકીને લોથપોથ થઈ જવું – ખૂબ થાકી જવું

(43) હૃદયના તાર ઝણઝણી ઊઠવા – અત્યંત રોમાંચિત થઈ

(44) બોરબોર જેવડાં આંસુ ટપકવાં – અતિશય દુઃખ થયું, મોટાં આંસુ આંખથી પડવાં

(45) હૃદય ભરાઈ જવું – શોક કે દુઃખથી વ્યથિત થઈ જવું

(46) નિઃશ્વાસ નાખવો – હતાશા કે નિરાશાને કારણે ઊંડો શ્વાસ લેવો

(47) મન વાળી લેવું – મન સાથે વ્યવહારુ ઉકેલ શોધી લેવો, સમાધાન કરવું

(48) ભેખ લેવો – સંન્યાસ લેવો, કોઈ ધ્યેય પાછળ સર્વસ્વ છોડીને નીકળી પડવું

(49) હૈયું બેસી જવું – આઘાતની લાગણી અનુભવવી

(50) મીંડાં આગળ એકડો માંડવો – શૂન્યમાંથી સર્જન થવું

(51) ધૂળમાં મળવું – કરેલા પ્રયત્નો નિષ્ફળ બનાવવા

(52) દિલમાં અવાજ ઊઠવો – અંતરમાં પ્રેરણા થવી

(53) રોટલો મળી રહેવો – ખાવા પૂરતી વ્યવસ્થા થઈ રહેવી

(54) હાથપગ હલાવવા – મહેનત કરવી

(55) પરસેવો પાડવો – ખૂબ મહેનત કરવી

(56) રંજ હોવો – દિલગીરી હોવી, અફસોસ હોવો

(57) મીટ માંડવી – એકીટશે જોઈ રહેવું

(58) અંગૂઠો બતાવવો – અંગૂઠો અમુક ઢબે બતાવી ઇનકાર સૂચવવો, ચીડવવું

(59) ભરખી જવું – નાશ કરવો, ગળી જવું

(60) મહોર લાગી જવી – પ્રમાણિત કરવું, ખાસ કદર થવી

(61) લેણાદેણી પૂરી થવી – લેવડદેવડનો સંબંધ પૂરો થવો

(62) અડવું લાગવું – શોભા વગરનું, સારું ન લાગવું; કાંઈક ખૂટતું, રુચિ બહાર લાગવું

(63) મન ભારે હોવું – ચિંતા કે દુઃખનો બોજ લાગવો

(64) ઘરભંગ થવું – (શ્રી મરવાથી) ઘર ભંગવું કે પતિ - પત્ની વચ્ચે ઝઘડો થતાં કે અન્ય રીતે પત્નીનું ચાલ્યા જવું

(65) ઘરના દેવતાનો વાસો ઊઠી જવો – ઘર સૂમસામ (ભેંકાર) થઈ જવું

(66) આંખ વરતવી – સંકેતથી સમજવું

(67) દરગુજર કરવું – સાંખી લેવું, માફ કરવું

(68) દુઃખમાં અધિક માસ હોવો – ખરાબ સ્થિતિમાં વધુ ખરાબ સ્થિતિ આવવી

(69) ફાંફાં મારવાં – વ્યર્થ પ્રયત્ન કરવો

(70) ઝંખવાણા પડી જવું – છોભીલા પડી જવું, ભોંઠપ લાગવી

(71) કાલાવાલા કરવા – વિનંતી કરવી, આજીજી કરવી

(72) હુંસાતુંસી ચાલવી – ખેંચતાણ કરવી

(73) ગળગળા થઈ જવું – અતિશય દુઃખના ભાર નીચે બોલી ન શકાવું થઈ ગયો.

(74) ડૂંઠવો મૂકવો – મોટેથી, પોક મૂકીને રડવું

(77) ખાતરદારી કરવી – આતિથ્યસત્કાર કરવો, મહેમાનગીરી

(75) દ્રવી ઊઠવું – પીગળી જવું, ઓગળી જવું

(76) ફના થવું – નાશ પામવો, પાયમાલ થવું

(78) ભણકારા વાગવા – ભવિષ્યની આગાહી થવી

(79) મનમાં રમવું – સ્મરણરૂપે વાગોળ્યા કરવું

(80) મોઢું લાલચોળ થઈ જવું – ખૂબ ગુસ્સે થઈ જવું

(81) ડોકું હલાવવું – હા કે ના કહેવી

(82) ખોટ પૂરી કરવી – ભીડ ભાંગવી, આવી પડેલી મુશ્કેલી ચઢવું દૂર કરવી

(83) આંખ ઝીણી થવી – કંઈ સમજમાં ન આવતાં વિચારે

(84) મગજ ભમવા લાગવું – વ્યગ્રચિત્ત થઈ જવું, બુદ્ધિ ઠેકાણે ન રહેવી

(86) ભભૂકી ઊઠવું – ગુસ્સામાં ગમે તેમ બોલવું

(85) વા સાથે વઢવું – ગમે તેની જોડે લડી પડવું

(88) આંખો ઠરવી – સંતોષ મળવો

(89) આંખ મળી જવી – થાક કે ચિંતાને કારણે મોડે મોડે નિદ્રા આવવી. ગયા.

(87) ભસ્મીભૂત કરવું –બાળીને નષ્ટ કરી નાખવું

(91) મહેનત ધૂળમાં મળવી – નિષ્ઠાથી કરેલું કામ નકામું જવું

(92) આંખે અંધારાં આવવાં – ભાન ગુમાવવું, સૂધબૂધ ખોઈ દેવું

(90) તળે ઉપર થઈ જવું – ખૂબ અધીરા બની જવું

(93) સત્યાનાશ વાળવું – ખેદાનમેદાન કરી દેવું, રફેદફે કરી

(94) એક આંગળીયે ધારવું – સર્વસત્તાધીશ થઈ જવું

(95) ઇકોતેર પેઢી તારવી – પોતાના વંશની ઇકોતેર પેઢીનું નામ રોશન કરવું

(96) કંઠે ભુજાઓ રોપવી – વહાલથી ભેટી સત્કારવું.

(97) જાન ઊઘલવી – આનંદ - ઉલ્લાસ સાથે જાન વિદાય થવી

(98) અછોઅછોવાનાં કરવાં – લાડ લડાવવાં, પ્રેમાગ્રહ કરવો

(99) ડાગલી ચસકી જવી – ગાંડા થઈ જવું, મગજ ફરી જવું

(100) મીઠા ઝાડનાં મૂળ કાઢવાં – સ્વાર્થ બુદ્ધિએ ભલું કરનારનો વધુ લાભ ઉઠાવવો

આ ઉપરાંત નીચે ના રૂઢિપ્રયોગો નો પણ અભ્યાસ કરો.

(1) સોનાનાં ઝાડ ભાળી જવાં – ખૂબ સમૃદ્ધિ જોવી

(2) આંગળી આપતાં પોંચે વળગવું – થોડું આપતાં, બધું આંચકી લેવા પ્રયત્ન કરવો

(3) મંત્રમુગ્ધ થવું – વિસ્મય થવું, નવાઈ પામવું, આભા બની જવું

(4) બલિહારી હોવી – વિશેષતા કે ખૂબી હોવી

(5) ધરવ ન થવો – સંતોષ ન થવો

(6) હૃદય હાથ ન રહેવું – હિંમત કે ધીરજ ન રહેવી

(7) તલપાપડ થઈ રહેવું – અત્યંત આતુરતા કે અધીરાઈ હોવી

(8) કાને ધરવું – ધ્યાન પર લેવું , ધ્યાનથી સાંભળવું

(9) કાટલું કાઢી નાખવું – પ્રાણ હરી લેવા , મારી નાખવું

(10) હાઉ કરવું – શાંત કરવું , ખમૈયા કરવા

(11) ઓછું આવવું – ખોટું લાગવું , માઠું લાગવું

(12) પાણી ફેરવી દેવું - નિષ્ફળ બનાવી દેવું

(13) શિર ઝુકાવી દેવું – સ્વીકાર કરવો , નમવું

(14) કંઠે ડૂમો બાઝવો – લાગણીવશ થઈને ગળગળા થઈ જવું , ગળું રૂંધાવું

(15) એક કાંકરે બે પક્ષી મારવાં – એક કામ દ્વારા બે ધ્યેય હાંસલ કરવાં

(16) પગ ભાંગી પડવા – નાસીપાસ થવું , હતાશ થઈ જવું

(17) વિરોધનો વંટોળ જાગવો – પુષ્કળ વિરોધ થવો

(18) મચક ન આપવી – સહેજ પણ ઝૂકવું નહિ , નમતું ન આપવું

(19) ગળગળા થઈ જવું – લાગણીવશ થઈ , આવેશ અનુભવવો

(20) આંસુનો બંધ તોડવો – કઠણ હૈયું વિગલિત થઈ જવું

(21) ખાઈ પહોળી થવી – અંતર વધવું

(22) જાત ઘસી નાખવી – પુષ્કળ મહેનત કરવી

(23) તંત ન મૂકવો – જીદ કે હઠ ન મૂકવી

(24) ફફડી ઊઠવું – ડરી જવું , ગભરાઈ જવું

(25) ઓસાણ ન રહેવું – યાદ ન રહેવું , સ્મૃતિમાં ન હોવું

(26) આરો ન હોવો – કોઈ ઉપાય ન હોવો

(27) હેલારે ચઢવું – અતિ ઉત્સાહમાં આવવું , આનંદ માણવો

(28) પથારો પાથરવો – આસપાસ જેમ - તેમ ચીજવસ્તુઓ પાથરી રાખવી

(29) કળ વળવી – શાતા અનુભવવી , શાંતિ થવી

(30) ગંગામાં જળ વહી જવું – ઘણો સમય પસાર થઈ જવો

(31) લલાટે લખાવું – ભાગ્યમાં હોવું, કિસ્મતમાં લખાવું

(32) ભરડો લેવો – ચારે બાજુથી ભીંસમાં લેવું, વળગવું

(33) ભોંઠા પડવું – ઝંખવાણા પડી જવું

(34) ટહુકો પાડવો – મીઠાશથી બોલાવવું

(35) આનાકાની કરવી – હા - ના કરવી

(36) અલ્લાહ મિયાંને પ્યારા થઈ જવું દેહ છોડી જવો , મૃત્યુ થવું

(37) આંસુનો સાગર છલકવો – ખૂબ રડવું, ઊંડો આઘાત લાગવો

(38) પૈડું સીંચવું – જાનને વળાવતી વખતે ગાડા નીચે શ્રીફળ મૂકીને તેના પર ગાડાનું પૈડું ચલાવવાની વિધિ કરવી

(39) વાત દાટી દેવી – વાતનો ત્યાં જ અંત લાવવો

(40) તાગ લેવો – અંદાજ કાઢવો, ક્યાસ કાઢી લેવો

(41) દરિયો ડો'ળવો – જહેમત ઉઠાવવી

(42) દંગ થવું – નવાઈ પામવું

(43) અવાજમાં મધ રેડવું – મીઠાશથી બોલવું , મધુર ભાષણ કરવું

(44) વિમુખ થવું – મોઢું ફેરવી લેવું, પ્રતિકૂળ થવું

(45) બેડો પાર થવો – સફળ થવું

(46) ભોગ ધરી દેવો – કુરબાન થવું, બલિદાન આપવું છટકો.

(48) મોતના મુખમાંથી લાવી આપવું – મોતમાંથી બચાવવું

(49) નમતું જોખવું ઢીલું મૂકવું, સમાધાન કરવું

(50) મોતની તલવાર લટકવી – માથે મોત ભમવું

(51) મનનો ડૂમો કાઢી નાખવો – મનમાં ઘૂંટાતું દુઃખ પ્રગટ

(47) કપાળે ચોંટવું – માથે પડવું, જવાબદારી આવવી

(52) બોલબાલા હોવી – યશ મળવો , ચડતી થવી

(53) મનની ગાંઠ ઊકલી જવી – ખોટી માન્યતા દૂર થઈ જવી.

(54) આકાશ - પાતાળ એક કરવાં – શક્ય તમામ ઉપાય

(55) નાકે દમ આવવો – બહુ હેરાન થવું

(56) દાંત ખાટા કરવા – હેરાન કરી મૂકવું

(57) ધૂળ કાઢી નાખવી – ખૂબ ઠપકો આપવો

(58) પાણીયું આપવું – બરતરફ કરવું, નોકરીમાંથી છૂટું કરવું

(59) અન્નને અને દાંતને વેર થવાં – ખાવા જ ન મળવું, ગરીબી આવી જવી ખૂબ

(60) ઇંદરિયો ગઢ જીતવો – ખૂબ મોટું પરાક્રમ કરવું

(61) ચાર દિવસનું ચાંદરણું – થોડો સમય ચાલે એવું સુખ

(62) બેસવાની ડાળ કાપવી – મૂર્ખાઈભર્યું કામ કરવું

(63) લોહીનું પાણી કરવું – સખત મહેનત કરવી

(64) બેડો પાર થવો – સિદ્ધિ મેળવવી, સંપૂર્ણ સફળતા પ્રાપ્ત થવી.

(65) માથા ઉપર તલવાર લટકવી – ગમે ત્યારે વિપત્તિ આવી પડે એવો ભય

(66) જિંદગી હોમાઈ જવી – જીવન બરબાદ થઈ જવું

(67) પ્રાણ પાથરવા – બલિદાન આપવું

(68) શેરીની ધૂળ ઉસરડવી – ખૂબ મહેનત કરવી

(69) ગાંડાં કાઢવાં – સમજ્યા વિના બોલવું

(70) વાત હાથમાંથી જવી – પરિશ્રમ નકામો જવો, કોઈ ઉપાય ન રહેવો

(71) ભય વિના પ્રીતિ ન થવી – થોડોક ડર રાખવો

(72) નખ્ખોદ વળી જવું – વિનાશ થવો

(73) આસમાની - સુલતાનીના ફેરામાં – અણધારી આફત આવવી.

3
સંધિ

સંધિ : વ્યાકરણશાસ્ત્રનો એક અગત્યનો ખ્યાલ. બે પદોને સાથે બોલવા જતાં આગલા પદને છેડે રહેલા સ્વર કે વ્યંજન સાથે પાછળના પદના આરંભમાં આવતા સ્વર કે વ્યંજનના જોડાણથી ધ્વનિમાં જે ફેરફાર થાય તેને સંધિ કહેવાય.

પાણિનિ તેને 'સંહિતા' એવા નામથી પણ ઓળખે છે, કારણ કે તેમાં બે સ્વરો, બે વ્યંજનો અથવા એક સ્વર અને એક વ્યંજન અતિશય પાસે આવે છે. પ્રાતિશાખ્ય ગ્રંથોમાં સંધિના અનેક પ્રકારો કહ્યા છે, પરંતુ ભટ્ટોજિ દીક્ષિતે 'સિદ્ધાન્તકૌમુદી'માં સંધિના પાંચ પ્રકારો ગણાવ્યા છે :

(1) અચ્ સંધિ– બે સ્વરો પાસે આવવાથી થતી સંધિ; અર્થાત્, સ્વરસંધિ; જેમ કે – શ્રી + ઈશઃ = શ્રીશઃ । અહીં બે દીર્ઘ ઈની સંધિ થવાથી એક દીર્ઘ ઈ મુકાયો છે.

(2) હલ્ સંધિ– બે વ્યંજનો પાસે આવવાથી થતી સંધિ; અર્થાત્, વ્યંજનસંધિ; જેમ કે – જગત્ + નાથઃ = જગતાથઃ । અહીં ત્ નો ન્ થયો છે તે બે વ્યંજનોની સંધિના કારણે છે.

(3) પ્રકૃતિભાવસંધિ– બે સ્વરો પાસે આવે છતાં સંધિ પાણિનિના બીજા નિયમ મુજબ ન થાય અને બંને સ્વરો મૂળ હોય તેવા જ રહે તેથી તેને પ્રકૃતિભાવસંધિ કહે છે; જેમ કે – હરી + એતૌ = હરી એતૌ । અહીં પ્રગૃહ્ય સંજ્ઞા થવાથી એટલે દ્વિવચન હોવાથી સંધિ થતી નથી.

(4) વિસર્ગ સંધિ– આગલા પદને અંતે વિસર્ગ હોય અને તેને લીધે થતી સંધિ તે વિસર્ગસંધિ છે; જેમ કે – વષ્ટિણઃ + ત્રાતા = વષ્ટિણસ્ત્રાતા । અહીં વિસર્ગનો સ્ થયો છે તે વિસર્ગસંધિ છે.

(5) સ્વાદિસંધિ– નામને લાગતા સુ (સ) વગેરે વિભક્તિના પ્રત્યયો લાગવાથી થતી સંધિ તે સ્ + આદિ એટલે સ્વાદિસંધિ; જેમ કે – દેવ + સુ (સ) = દેવઃ + વંદ્યઃ = દેવોવંદ્યઃ (વિસર્ગસંધિ થવાથી). અહીં દેવ નું દેવઃ થયું છે તે સ્વાદિસંધિ છે.

(1) राम + औ = रामौ એમ એક જ પદ હોય ત્યારે,

(2) उप + एति = उपैति એમ ઉપસર્ગ અને ધાતુ હોય ત્યારે,

(3) इन्द्र + अर्जुनौ = इन्द्रार्जुनौ એમ સમાસ થાય ત્યારે હંમેશાં સંધિ કરવી આવદૃશ્યક છે.

વાક્યમાં બોલનાર માણસની વિવિક્ષા અર્થાત્ કહેવાની ઇચ્છા પર સંધિ આધાર રાખે છે એવો વ્યાકરણશાસ્ત્રનો નિયમ છે. અલંકારશાસ્ત્રમાં ભામહથી શરૂ કરી મમ્મટ અને વિશ્વનાથ જેવા પાછળના આલંકારિકો એમ માને છે કે સંધિ તો કરવી જ રહી.

જો કવિ સંધિ ન કરે તો 'વિસંધિ' અથવા 'સંધિવિશ્લેષ' નામનો દોષ આવે છે, વળી એવી સંધિ કરવાથી જો કાવ્ય સાંભળવામાં કાનને કર્કશ લાગતું હોય અથવા તેનો અર્થ સ્પષ્ટ રીતે ન સમજાતો હોય તો તેવી સંધિયુક્ત રચના કવિએ ન કરવી જોઈએ. એ બંનેને પણ તેમણે કાવ્યદોષ ગણાવ્યા છે. પરિણામે આલંકારિકોના મતે સંધિ આવદૃશ્યક છે.

સંધિ ના ઉદાહરણ

વાગ્બાણ = વાક્ + બાણ

વિચારણીય = વિચાર + અનીય

વિદ્યાર્થી = વિદ્યા + અર્થી

વિદ્યાલય = વિદ્યા + આલય

વિદ્યુતલેખા = વિદ્યુત્ + લેખા

વિરોધાભાસ = વિરોધ + આભાસ

વિવેકાનંદ = વિવેક + આનંદ

વિશ્વૈકતા = વિશ્વ + એકતા

વિષમ = વિ + સમ

વૃદ્ધાવસ્થા = વૃદ્ધ + અવસ્થા

વ્યગ્ર = વિ + અગ્ર
વ્યવહાર = વિ + અવહાર
વ્યાકરણ = વિ + આકરણ
વ્યાખ્યાન = વિ + આખ્યાન
વિદ્યોપાસના = વિદ્યા + ઉપાસના
વિષાદ = વિ + સાદ
વ્યંજન = વિ + અંજન
વ્યવસ્થા = વિ + અવસ્થા
વ્યસ્ત = વિ + અસ્ત
વ્યાકુળ = વિ + આકુળ
વ્યાધિ = વિ + આધિ
શાળોપયોગી = શાળા + ઉપયોગી
શૂન્યાવકાશ = શૂન્ય + અવકાશ
શ્રધ્ધા = શ્રત્ + ધા
શ્રદ્ધાંજલિ = શ્રદ્ધા + અંજલી
ષડરિપુ = ષષ્ + રિપુ
સચ્ચરિત્ર = સત્ + ચરિત્ર
સજ્જન = સત્ + જન
સત્યાગ્રહ = સત્ય + આગ્રહ
સત્રોત્સવ = સત્ર + ઉત્સવ
સદાચરણ = સદ્ + આચરણ
સદુપયોગ = સત્ + ઉપયોગ
સદૈવ = સદા + એવ
સદ્ગૃહસ્થ = સત્ + ગૃહસ્થ
સન્નારી = સત્ + નારી
સન્મતિ = સત્ + મતિ
સપ્તર્ષિ = સપ્ત + ઋષિ
સર્વોત્તમ = સર્વ + ઉત્તમ
સર્વોદય = સર્વ + ઉદય
સહાનુભૂતિ = સહ + અનુભૂતિ
સંબંધ = સમ્ + બંધ
સંસાર = સમ્ + સાર
સૂક્તિ = સુ + ઉક્તિ
સૂર્યાસ્ત = સૂર્ય + અસ્ત
સ્વલ્પ = સુ + અલ્પ
સત્સંગ = સત્ + સંગ
સન્નિધિ = સત્ + નિધિ
સમયાંતર = સમય + અંતર
સમર્પણ = સમ્ + અર્પણ
સમાચાર = સમ્ + આચાર
સમૃદ્ધિ = સમ્ + ઋદ્ધિ
સરોવર = સરસ્ + વર
સર્વાત્મભાવ = સર્વ + આત્મભાવ
સર્વોત્કૃષ્ટ = સર્વ + ઉત્કૃષ્ટ
સંગતિ = સમ્ + ગતિ

સંગીત = સમ્ + ગીત
સુષુપ્ત = સુ + સુપ્ત
સૃષ્ટિ = સૃજ + તિ
સ્વાગત = સુ + આગત
સ્વચ્છંદ = સ્વ + છંદ
સ્વાર્થ = સ્વ + અર્થ
હરીન્દ્ર = હરિ + ઈન્દ્ર
હૃદયેક્ય = હૃદય + ઐક્ય
હિતેચ્છુ = હિત + એચ્છુ
હિમાચ્છાદિત = હિમા + આચ્છાદિત

4

જોડણી

જોડણી એટલે જોડવા, સાંધવાનું કામ કે રીત, 'જોઇનરી' 'એસેમ્બ્લિંગ' (૨) લેખનમાં વ્યવસ્થિતિ જાળવવા હ્રસ્વદીર્ઘ સ્વરો તેમજ વિસંવાદી લાગતા વ્યંજનોને અમુક ચોક્કસ નિયમો દ્વારા એકધારા લખવાની વ્યવહારુ રીત, 'સ્પેલિંગ.' એની પાછળના સિદ્ધાંતમાં ઉચ્ચરિત સ્વાભાવિક સ્વરૂપની નજીક જવાનો પ્રયત્ન હોય છે, છતાં જૂની રૂઢિ અને વ્યવહારને માન આપી એમાં કેટલીક કૃત્રિમતા પણ વહોરી લેવામાં આવી હોય છે. એમાં કારણ બધાં સ્વાભાવિક ઉચ્ચારણ વ્યક્ત કરવાને પ્રચલિત લિપિ સંકેતોનું અપૂરતાપણું ગણાયું છે.

અંગ્રેજી શબ્દોની ગુજરાતી જોડણી

ગુજરાતીમાં રોજબરોજ ઉપયોગમાં લેવાતા અંગ્રેજી શબ્દોની સાચી જોડણી.

દરરોજ ઉપયોગમાં લેવાતા કેટલાક અંગ્રેજી શબ્દોની સાચી જોડણી અહીં આપી છે. આ શબ્દો ગુજરાતીમાં આવી રીતે જ લખાશે.

અ-ઈ

અપીલ

ઇમ્પીરિયલ

ઍલ્યુમિનિયમ

ઑનરરી

આઇસક્રીમ

ઇંગ્લિશ

ઍસિડ

ઑફિસ

આલબમ

ઇંગ્લેન્ડ

ઍસોસિયેશન

ઑર્ડર

આસિસ્ટંટ

ઍન્જિન

ઑક્ટોબર

ઑર્ડિનન્સ

ઇન્ડિયા

ઍન્જિનિયર

ઑગસ્ટ

ઓવરસિયર

ઇન્સ્ટિટ્યૂશન

ઍનિમા

ઑડિટ

ઔંસ

ઇન્સ્પેક્ટર

ઍરોપ્લેન

ઑડિટર
ક
કન્વેન્શન
કમિટી
કમિશન
કમિશનર
કલેક્ટર
કંપની
કંપાઉન્ડ
કંપાઉન્ડર
કંપોઝિટર
કમ્પ્યુટર
કાઉન્સિલ
કાર્ટૂન
કાર્બન
કાર્બોલિક
કાસ્કેટ
કિલોગ્રામ
કિલોમીટર
કૅન્વાસ
કૅપ્ટન
કૅબિન
કૅમિસ્ટ્રી
કેરોસીન
કેલિકો
કેસ
કૉન્ઝર્વેટિવ
કૉન્ટ્રેક્ટ
કૉન્ટ્રાક્ટર
કૉન્સ્ટિટ્યૂશન
કૉન્સ્ટેબલ
કૉપીરાઈટ
કૉમ્યુનિસ્ટ
કૉપોરેશન
કોર્ટ
કૉર્ડન
કૉલેજ
કૉલેરા
કૉંગ્રેસ
કાઉન
ક્રિકેટ
કૉસિંગ
ક્લબ
ક્લાર્ક
ક્લોરોફૉર્મ

ક્વિન્ટલ
ગ-ચ
ગવર્નર
ગૅસ
ગોડાઉન
ગ્રામોફોન
ગ્રૅજ્યુએટ
ગ્રેન
ચિરૂટ
ચેક
જ
જર્મન સિલ્વર
જાન્યુઆરી
જુનિયર
જુલાઈ
જૂન
જેલ
જ્યુબિલી
ટ
ટાઇપિસ્ટ
ટાઇફૉઈડ
ટાઉનહૉલ
ટિકિટ
ટિફિન
ટેક્સ્ટ બુક
ટેનિસ
ટેમ્પરેચર
ટેલિગ્રાફ
ટેલિગ્રામ
ટેલિપ્રિન્ટર
ટેલિફોન
ટેલિવિઝન
ટૉકિઝ
ટોપીડો
ટ્યૂબ
ટ્રાફિક
ટ્રિબ્યૂનલ
ટ્રેજિક
ટ્રેડમાર્ક
ટ્રેન
ટ્રેનિંગ
ડ
ડિક્ટેશન
ડિગ્રી
ડિપાર્ટમેન્ટ

ડિપોઝિટ
ડિરેક્ટર
ડિરેક્ટરી
ડિવિઝન
ડેપ્યુટી
ડેમોક્રસી
ડિવિડંડ
ડિસમિસ
ડિસેમ્બર
ડિસ્ટ્રિક્ટ
ડેસિગ્રામ
ડૉક્ટર
ડ્રાઇવર
ડ્રિલ
ડ્રેસિંગ
ડ્રોઇંગ
થ-ન
થરમૉમીટર
થરમૉસ
થિયરી
થિયેટર
થિયૉસૉફી
નવેમ્બર
નાઇટ્રોજન
નેશન
નોટિસ
ન્યૂઝપેપર
પ
પબ્લિશર
પબ્લિશિંગ
પબ્લિસિટી
પરમિટ
પાઉડર
પાઉન્ડ
પાર્લામેન્ટ
પાર્સલ
પિકેટિંગ
પિક્ચર
પેટ્રન
પેટ્રોલ
પેન્શન
પેન્શનર
પૅમ્ફ્લેટ
પેસેન્જર
પોઝિટિવ

પોપલિન
પોર્ટર
પોર્ટુગીઝ
પોલિશ
પોલિસી
પોલીસ
પ્રિન્ટિંગ
પ્રિન્સિપાલ
પ્રીમિયમ
પ્રૂફ
પ્રેક્ટિસ
પ્રોટીન
પ્રોસીઝર
પ્લાનિંગ
પ્લાસ્ટર
પ્લાસ્ટિક
પ્લેટફોર્મ
ફ
ફર્નિચર
ફાયર બ્રિગેડ
ફાસિસ્ટ
ફીઝિક્સ
ફીલિંગ
ફીવર
ફ્રૂટ
ફૂટપાથ
ફૂટબૉલ
ફેડરેશન
ફેબ્રુઆરી
ફોટોગ્રાફ
ફોર્મ્યુલા
ફોસ્ફરસ
બ
બલૂન
બાઇસિકલ
બાથરૂમ
બાયોલૉજી
બેઝિક
બિલ
બિલિયર્ડ
બુક
બુક પોસ્ટ
બુકસેલર
બૂટ
બૅટરી

બેન્ક
બેયોનેટ
બેલિફ
બૉઇલર
બોબિન
બૉમ્બ
બૉયકોટ
બોર્ડ
બૉર્ડિંગ
બૉલબેટ
બૉલિંગ
બોલ્ટ
બૉલ્શેવિક
બૉલ્શેવિઝમ
બ્યૂગલ
બ્રશ
બ્રિટિશ
બ્રિજ
બ્રૅકેટ
બ્રેડ
બ્રૉડકાસ્ટ
બ્લાઉઝ
બ્લૉક
મ-ય
મની ઑર્ડર
મલેરિયા
મશીન
માઈક
માઈક્રોફોન
માર્ક
માર્ચ
મૅજિસ્ટ્રેટ
મિકેનિક
મિટિંગ
મિનિટ
મિનિસ્ટર
મિરિયાગ્રામ
મિલ
મિલિગ્રામ
મિલિટરી
મિશન
મિશનરી
મિસ
મિસ્ટર
મીટર

મેજર
મેઝરમેન્ટ
મેટ્રિક
મેનેજર
મેનેજિંગ એજન્ટ
મેમોરિયલ
મેમ્બર
મેયર
મેલટ્રેન
મોટર
મૉડરેટર
મૉન્ટેસોરી
મ્યુઝિયમ
મ્યુનિસિપાલિટી
યુનિટ
યુનિફૉર્મ
યુનિવર્સિટી
યુરોપિયન
ર
રજિસ્ટર
રજિસ્ટ્રાર
રશિયન
રાઇફલ
રિઝર્વ
રિટાયર્ડ
રિપબ્લિક
રિપોર્ટ
રિલીફ
રિવિઝન
રિવૉલ્વર
રિસીટ
રિસીવર
રિસેસ
રુબલ
રૂમ
રેકર્ડ
રેડિયમ
રેડિયો
રેફ્રિજરેટર
રેલવે
રેશન
રેશનિંગ
રેસિડન્ટ
રોયલ
રોયલ્ટી

લ
લગેજ
લાઇસન્સ
લાઇબ્રેરી
લિટર
લિફ્ટ
લિબરલ
લિમિટેડ
લિરિક
લિસ્ટ
લિગ
લિગલ
લેટ
લેવી
લોકલ
લૉટરી
લોન
લૉન્ડ્રી
વ-શ
વાઈસર
વાઈસરૉય
વાઉચર
વાયરલેસ
વાયોલિન
વાર્નિશ
વિટામિન
વેઇટિંગ રૂમ
વેગન
વેજિટેબલ
વેજિટેરિયન
વૉકાઉટ
વોટ
વૉટર વર્ક્સ
વૉરંટ
વૉર્ડ
વૉર્ડર
વૉર્નિંગ
વૉશિંગ
શેર હોલ્ડર
શૉર્ટ હૅન્ડ
સ
સપ્ટેમ્બર
સબમરીન
સબર્બ
સમન્સ

સર્કસ
સર્વે
સર્જન
સર્ટિફિકેટ
સર્વિસ
સલૂન
સાઇકલ
સાઇકોલોજિ
સાઇક્લોસ્ટાઈલ
સાર્જન્ટ
સિગારેટ
સિગ્નલ
સિઝન
સિનિયર
સિનેમા
સિન્ડિકેટ
સિમેન્ટ
સિવિલ
સિવિલિયન
સિસ્ટમ
સિસ્ટર
સીન
સીલ
સુપ્રિન્ટેન્ડેન્ટ
સૂટકેસ
સેકન્ડરી
સેક્રેટરી
સેક્રેટેરિયેટ
સેટ
સેનેટ
સેનેટોરિયમ
સેન્ટિમીટર
સેન્સર
સેન્સસ
સેપ્ટિક
સેમિનાર
સેવિંગ્સ બેન્ક
સેશન કોર્ટ
સોનેટ
સૉલિસિટર
સોલ્જર
સોવિયેટ
સોસાયટી
સ્કાઉટ
સ્કૂલ

સ્કેચ
સ્કૉલરશિપ
સ્ક્રૂ
સ્ટર્લિંગ
સ્ટવ
સ્ટાફ
સ્ટીમર
સ્ટુડિયો
સ્ટેટિસ્ટિક
સ્ટેનોગ્રાફર
સ્ટેન્ડ
સ્ટેન્ડિંગ
સ્ટેન્સિલ પેપર
સ્ટેમ્પ
સ્ટેશન
સ્ટેશનરી
સ્ટૉક
સ્ટૉપર
સ્ટૉલ
સ્પિરિટ
સ્પીકર
સ્પેનિશ
સ્પેશિયલ
સ્પ્રિંગ
સ્લીપર
સ્લેટ
હ
હાઇડ્રોજન
હાઈકોર્ટ
હાઈસ્કૂલ
હાર્મોનિયમ
હિસ્ટીરિયા
હેટ
હેન્ડલ
હૉકી
હોટલ
હોમિયોપથી
હોર્ન
હોલ
હોલ્ડર
હોસ્પિટલ
જોડણી નાં નિયમો
(૧) નીચેના પૂર્વગો હ્રસ્વ હોવાથી તે પરથી બનતા શબ્દો હ્રસ્વ "ઇ" આવે.
અતિ- અતિશય, અતિજ્ઞાન, અતિભાર, અતિવૃષ્ટિ, અતિરિક્ત
અધિ અધિકારી, અધિસૂચના, અધિનિયમ, અધિકૃત, અધિકારી

અભિ અભિરુચિ, અભિજ્ઞાન, અભિનય, અભિમુખ.

નિ નિવેદન, નિયોજન, નિવાસ, નિરોધ, નિયંત્રણ, નિગ્રહ

નિઃ નિરક્ષર, નિરંકુશ, નિરાધાર, નિર્લજ્જ, નિઃસ્પૃહ, નિઃસ્વાર્થ, નિઃશંક, નિર્મલ, નિરુપાય, નિર્ગુણ,

પરિ પરિગ્રહ, પરિત્યાગ, આ વિષયે

પરિમિતિ, પરિવહન, પરિચિત, પરિપાક, પરિમલ, પરિસ્થિતિ, પરિશિષ્ટ

પ્રતિ પ્રતિકાર, પ્રતિફળ, પ્રતિક્ષણ, પ્રતિદિન, પ્રતિનિધિ, પ્રતિબંધ

વિ વિજ્ઞાન, વિનિમય, વિશેષ, વિવશ, વિશ્રુત, વિભિન્ન,

બહિ બહિર્ગોળ, બહિષ્કાર, બહિર્મુખ, બહિષ્કોણ, બહિઃસીમા

જોડણી નાં નિયમો-(૨)

(૨) નીચેના પૂર્વગો હ્રસ્વ હોવાથી તે પરથી બનતા શબ્દો હ્રસ્વ "ઉ" આવે છે.

અનુ ‌અનુક્રમણ, અનુયાયી, અનુભવ, અનુરૂપ, અનુકંપા, અનુશીલન, અનુભૂતિ, અનુનય, અનુષ્ઠાન, અનુમતિ, અનુસૂચી, અનુશીલન

ઉપ ઉપયોગી, ઉપવાસ, ઉપનામ, ઉપદેશ, ઉપનિષદ, ઉપકરણ, ઉપતંત્રી, ઉપગ્રહ

સુ સુવિચાર, સુલેખન, સુગંધ, સુરક્ષિત, સુવાસ, સુરુચિ, સુદીર્ઘ

કુ કુપાત્ર, કુકર્મ, કુસંગ, કુછંદ, કુપુત્ર

દુસ દુરુપયોગ, દુર્ગંધ, દુર્જન, દુર્ભાગ્ય, દુર્યોધન, દુષ્કર્મ, દુઃસ્વપ્ન, દુઃસ્વપ્ન, દુરાગ્રહ, દુરાચાર

ઉત્/ઉદ ઉત્તમ ઉત્સાહ, ઉત્પત્તિ, ઉદ્ઘાટન, ઉદ્દિગ્ન, ઉન્નતિ, ઉન્મેષ, ઉલ્લંઘન, ઉદાસીન, ઉદ્ બોધન

પુનર પુનર્લગ્ન, પુનરાગમન, પુનરાવર્તન, પુનર્વાચન, પુનરુક્તિ

પુર પુર્બહાર , પુરજોશ

(૩) શબ્દને અંતે "ઇન" કે "ઇય" આવે તો ત્યાં દીર્ઘ "ઈ" લખાય

આત્મીય, ભારતીય, માનનીય, રમણીય, સંસદીય, રાજકીય, વૈદકીય, પૂજનીય, ભવદીય, વિશ્વસનીયદકીય, પ્રજાકીય, નાટકીય, સ્વગીય, દર્શનીય, અવર્ણનીય, પંચવર્ષીય, નવીન, વોલીન, આજ્ઞાધીન, પરાધીન, સ્નેહાધીન, નિંદ્રાધીન, ભાગ્યાધીન, કુલીન

અપવાદ મલિન, કુલિન

(૪) નીચેના શબ્દોમાં દીર્ઘ 'ઈ' આવે છે.

ઈક્ષ – પરીક્ષક, પરીક્ષણ, પરીક્ષા,, સમીક્ષા, સમીક્ષક

અપવાદ – શિક્ષક, શિક્ષા, ભિક્ષુક

ઈન્દ્ર – રવીન્દ્ર, હરીન્દ્ર, અવનીન્દ્ર, યોગીન્દ્ર

ઈશ – જગદીશ, રજનીશ, ન્યાયાધીશ, સત્તાધીશ, દ્વારકાધીશ

અપવાદ – અહર્નિશ

અતીત – કાલાતીત, કલ્પનાતીત

વતી/મતી – કલાવતી, સરસ્વતી, ભગવતી, ચારુમતી, રૂપમતી

(૫) શબ્દના છેડે ભૂતકૃદંત તરીકે આવતા 'ઇત'માં હ્રસ્વ 'ઇ' છે. દા.ત.

તારાંકિત, આજ્ઞાંકિત, પૃષ્ઠાંકિત, અંકિત, લિખિત, સંચિત, નિર્ધારિત, સિંચિત, પતિત, કલ્પિત, સંચાલિત.

પરંતુ ગૃહીત, ઉપવીતમાં અપવાદરૂપે 'ઈ' દીર્ઘ છે. શબ્દના છેડે તીત, નીત, ણીત, હોય ત્યાં 'ઈ' દીર્ઘ હોય છે. દા.ત.

અતીત, પ્રતીત, વિનીત, નિર્ણીત.

(૬) શબ્દમાં આવતા ઈક્ષમાં દીર્ઘ 'ઈ' છે.

નિરીક્ષક, પરીક્ષક, અધીક્ષક, સમીક્ષક, પરીક્ષણ.

નોંધ : શિક્ષક, શિક્ષણ, ભિક્ષુ વગેરેમાં આવતાં 'ઈક્ષ'માંનો 'ઇ' હ્રસ્વ છે.

(૭) નામ પરથી વિશેષણ થતાં હોય ત્યાં 'ઇક' પ્રત્યયમાં હ્રસ્વ 'ઇ' આવે છે.

માનસિક, વાર્ષિક, પ્રાથમિક, માધ્યમિક, નાગરિક, નૈતિક, સ્થાનિક, ઐતિહાસિક, સામાજિક, આર્થિક, તાર્કિક, ભૌગોલિક, સાહિત્યિક, આધુનિક, સાહસિક, મૌખિક, મૌલિક, સૈનિક, લૌકિક, ક્રમિક, ધનિક, પથિક, સામયિક, લાક્ષણિક, આધ્યાત્મિક, પ્રાસંગિક, વાસ્તવિક.

(૮) 'ઇકા' પ્રત્યયમાં હ્રસ્વ ઇ આવે છે.

અનુક્રમણિકા, આજિવિકા, માર્ગદર્શિકા, નાસિકા, લેખિકા, શિક્ષિકા, નગરપાલિકા, ગાયિકા, અંબિકા, પુસ્તિકા, નવલિકા.

(૯) શબ્દમાં આવતા '(રેફ) પૂર્વે 'ઈ-ઊ' દીર્ઘ હોય છે.

કીર્તન, તીર્થ, વીર્ય, જીર્ણ, મૂર્તિ, સ્ફૂર્તિ, ચૂર્ણ, સૂર્ય, સંપૂર્ણ, કીર્તિ, દીર્ઘ, વિસ્તીર્ણ, શીર્ષક, આશીર્વાદ, ઈર્ષા, ઊર્ધ્વ, ઊર્મિ, મૂર્છા, ધૂર્ત, મૂર્ખ, ઊર્જા, પૂર્ણિમા, પ્રકીર્ણ.

અપવાદ – ઉર્વશી

(૧૦) 'ય' પહેલાં આવતો 'ઇ' હ્રસ્વ હોય છે.

ક્રિયા, સક્રિય, નિશ્ચિય, પ્રિય, નિયામક, ક્ષત્રિય, ઇંદ્રિય, હોશિયાર, કાઠિયાવાડ, ખાસિયત, મિયાં, એશિયા, દરિયો, રશિયા, ઓશિયાળું, કજિયો, ખડિયો, ચડિયાતું, રેંટિયો, કરિયાતું, પિયર, દિયર, નાળિયેર, ફેરિયો.

(૧૧) શબ્દના છેડે આવતા 'ઈશ', 'ઈન્દ્ર'માં દીર્ઘ 'ઈ' છે.

અવનીશ, જગદીશ, ગિરીશ, રજનીશમ સત્તાધીશ, ન્યાયાધીશ, યોગેન્દ્ર, ભોગીન્દ્ર, રવીન્દ્ર, હરીન્દ્ર, મુનીન્દ્ર.

(૧૨) 'વતી' અને 'મતી-વાળી'ના અર્થમાં હોય ત્યાં દીર્ઘ 'ઈ' છે.

લીલાવતી, કલાવતી, ભગવતી, સરસ્વતી, ગુણવતી, ભાનુમતી, ઇંદ્રમતી, તારામતી, શ્રીમતી.

(૧૩) નીચેના શબ્દોનાં નારીજાતિના રૂપમાં હ્રસ્વ 'ઇ' આવે છે.

તપસ્વી-તપસ્વિની, વિદ્યાર્થી-વિદ્યાર્થિની, યોગિ-યોગિની, માયાવી-માયાવિની, તપસ્વી-તપસ્વિની, સુહાસિની, મોહિની, વિનોદિની, ગૃહિણી, વિલાસિની, હેમાંગિની, મૃણાલિની, વીણાવાદિની, સરોજિની, નંદિની, પદ્મિની.

(૧૪) નીચેના શબ્દોમાં નામવાચક પ્રત્યય 'તા' કે 'ત્વ' લગાડાતાં અંતે આવતો દીર્ઘ 'ઈ' હ્રસ્વ થાય છે.

ઉપયોગી-ઉપયોગિતા, તેજસ્વી-તેજસ્વિતા, સ્વામી-સ્વામિત્વ, ઓજસ્વી-ઓજસ્વિતા.

(૧૫) શબ્દને છેડે કૃત, ભૂત, કરણ, ભવન, આવે ત્યાં દીર્ઘ 'ઈ' આવે છે.

વિકેન્દ્રીકરણ, વર્ગીકરણ, સ્પષ્ટીકરણ, સમીકરણ, વનીકરણ, વંધ્યીકરણ, ધનીભવન, બાષ્પીભવન, વર્ગીકૃત, અંગીકૃત, સ્વીકૃત, ધનીભૂત, દૃઢીભૂત, ગુણીભૂત, ભસ્મીભૂત.

(૧૬) શબ્દમાં છેડે આવતા 'નૂક' અને ગીરી'માં દીર્ઘ 'ઊ' અને 'ઈ' આવે છે.

નિમણૂક, વર્તણૂક, કામગીરી, યાદગીરી, ઉઠાઉગીરી, દાદાગીરી

પરંતુ ગિરિ પર્વતના અર્થમાં હોય હ્રસ્વ 'ઇ' આવે છે.

નીલગિરિ, હિમગિરિ, ધવલગિરિ.

(૧૭) શ્રેષ્ઠતાદર્શક રૂપ તરીકે 'ઇષ્ઠ'માં હ્રસ્વ 'ઇ' આવે છે.

કનિષ્ઠ, ધનિષ્ઠ, વરિષ્ઠ, વશિષ્ઠ

(૧૮) આ શબ્દોમાં ઇષ્ટ છે ઈષ્ઠ નથી.

ઇષ્ટ, શિષ્ટ, પરિશિષ્ટ, વિશિષ્ટ, ક્લિષ્ટ.

(૧૯) આ શબ્દોમાં 'ઠ' છે 'ટ' નથી.

કાષ્ઠ, નિષ્ઠા, પરાકાષ્ઠા, શર્મિષ્ઠા, નૈષ્ઠિક,

(૨૦) શબ્દમાં જોડાક્ષર પહેલાંના ઇ, ઉ હ્રસ્વ હોય છે.

શિષ્ય, ભિસ્તી, મુક્કો, દિવ્યા, ઉત્સાહ, રુદ્ર, લુચ્ચો, ક્લિષ્ટ, પરિશિષ્ટ, હુલ્લડ, જુસ્સો, ભિસ્સાકોશ, સિક્કો, કિસ્મત, દુશ્મન, તુક્કો, પુત્ર, પુષ્પ, સમુદ્ર, શુક, શુદ્ધ, બુદ્ધ, અનિષ્ટ, મુક્ત, પુષ્કળ, મનુષ્ય, ઉત્સાહ, દૃષ્ટ, મિત્ર, વિશ્વ, વિષ્ણુ, ચિત્ર, વિદ્યુત, વિદ્યા, ઇચ્છા, પવિત્ર, સંક્ષિપ્ત, સંદિગ્ધ.

અપવાદ : તીવ્ર, શીઘ્ર, ગ્રીષ્મ, ભીષ્મ, સૂક્ષ્મ, સૂત્ર, શૂન્ય, મૂલ્ય, દીક્ષા.

(૨૧) તીવ્ર અનુસ્વાર વિકલ્પે છૂટા પાડી શકાય તાં હ્રસ્વ 'ઇ', 'ઉ' આવે છે.

ચિંતા (ચિન્તા), ચુંબક, હિંદ, કુંતા, સુંદર, કુંભ, પિંડ, ગુંજન, બિંદુ, અરવિંદ, ચિંતન, સિંધુ, નિંદા, કિંમત.

(૨૨) કોમલ અનુસ્વાર વિકલ્પે છૂટા પાડી શકાય તેમ ન હોય ત્યાં દીર્ઘ ઈ, ઊ આવે છે.

વીંટી, હીંચકો, પૂંછડું, ખૂંધ, ભીંત, ટ્રંકમાં, ભીંસ, ઊંચું, ચૂંટણી, લૂંટ, ભૂંસ, લૂંટારો, ગૂંથણ, ઊંઘ, ઇંટી, ભીંડો.

અનુસ્વારના નિયમો

(૧) નીચેની જગ્યાએ અનુસ્વાર મુકાય છે.

– હું અને તું સર્વનામમાં

– બોલું, લખું તેવા ક્રિયાપદોમાં

– બોલવું, વાંચવું તેવા ક્રિયાપદોમાં

– પોતાનું, રાજાનું, મીનાનું સંબંધક વિભક્તિમાં

– મેં, તેં, સર્વનામમાં

– ઘરમાં, નદીમાં, શાળામાં – અધિકરણ વિભક્તિના પ્રત્યયમાં

– ખાતું, પીતું, લખતું જેવા કૃદંતોના તું પ્રત્યયમાં

– જ્યાં, ત્યાં, ક્યાં શબ્દોમાં

(૨) નરજાતિના શબ્દોમાં ક્યારેય અનુસ્વાર ન આવે, તેને લગતાં વિકારી વિશેષણો કે ક્રિયાપદનાં વિકારીરૂપોમાં પણ અનુસ્વાર આવતો નથી.

ગાંધીજી સત્યપ્રેમી હતાં. (હતા – આવે)

(૩) નારીજાતિના શબ્દોમાં અનુસ્વાર ન આવે, પરંતુ નારીજાતિનો શબ્દ માનાર્થ બહુવચનમાં આવે તો અનુસ્વાર આવે.

મોટાં બહેન આવ્યાં.

(૪) નાન્યતર જાતિમાં એકવચનમાં છેલ્લે 'ઉ' હોય ત્યારે બહુવચનમાં અને તેની સાથે વપરાતાં વિકારી વિશેષણોમાં અનુસ્વારનો ઉપયોગ થાય છે.

નાનું છોકરું રમતું હતું.

નાનાં છોકરાં કોને વહાલાં ન હોય ?

(૫) જ્યારે વાક્યમાં કર્તા વિવિધ જાતિના હોય ત્યારે અનુસ્વાર આવે છે.

નર-નારી અને બાળકો સૌ કોઈ સૂઈ ગયાં હતાં

ધણી-ધણિયાણી ઝઘડી પડ્યાં.

(૬) જ્યારે વાક્યમાં વિવિધ જાતિના કર્તાઓ અથવાથી જોડાયેલા હોય ત્યારે અનુસ્વાર છેલ્લા શબ્દની જાતિ કે વચન પ્રમાણે આવે છે.

મેં કોઈ પત્ર અથવા રાજીનામું આપ્યું નથી.

મેં કોઈ રાજીનામુ અથવા પત્ર આપ્યો નથી.

(૭) સરખામણી માટે વપરાતાં કરતાં, પહેલાં પર અનુસ્વાર આવે.

શિલ્પા મીના કરતાં મોટી છે.

અનુસ્વારને લીધે વ્યક્ત થતો અર્થભેદ

કંદ – કાંદો

કાંપ – કાદવ

ખેડું – ગામડું

ખાંધ – ખભો

ખંત – ધગશ

ખંડ – ભાગ, ટુકડો

કંપ – ધ્રૂજારી

ગંડ – ગાલ, ગાંઠ

ગાંડી – દીવાની

ચિંતા – ફિકર

જંગ – યુદ્ધ

ચોમાસું – વર્ષાઋતુ

જંપ – શાંતિ, નિરાંત

ઝંડી – નાનો ઝંડો

દંડી – દંડધારી સન્યાસી

નંગ – હીરો, લુચ્ચો

ઢંગ – રીત

બંદી – બંધી, કેદી, મના

બંગ – કલાઈ

બંગલો – મકાન

ભાંગ – એક પીણું

વંડો – વાડો

પંખ – પાંખ

પંડ – શરીર

ફંટ – ઝોળી

કદ – પ્રમાણ, માપ

કાપ – અટકાવવું તે

ખેડ – ખેડૂત

ખાધ – ખોટ

ખત – પત્ર

ખડ – ઘાસ, નીંદામણ

કપ – પ્યાલો

ગડ – ગડી, ગેડ

ગાડી – વાહન

ચિતા – ચેહ, અગ્નિ

જગ – જગત

ચોમાસું – ચોમાસામાં થતું

જપ – નામ કે મંત્રનું રટણ

ઝડી – એક સપાટે, ઝપાટો

દડી – નાનો દડો

નગ – પર્વત

ઢગ – ઢગલો

બદી – અનીતિ

બગ – બગલો

બગલો – એક પક્ષી

ભાગ – હિસ્સો

વડો – મુખી

પખ – તરફેણ, પક્ષ

પડ – ઢાંકણ, ગડી

ફાટ – કળતર, પીડા

યાદ રાખો :

(1) નહિ અને નહીં બન્ને જોડણી સાચી છે.

(2) નીચેના શબ્દોમાં અનુસ્વાર નથી.

હોશિયાર, નાણાકીય, વર્તણૂક અને અનુનાસિકા એકસાથે ઉપયોગ થતો નથી.

(3) શબ્દમાં એકીસાથે અનુસ્વાર અને અનુનાસિક ઉપયોગ થતો નથી.

અંમ્બા, ઈંન્દ્ર, કાંન્તા, બૉંમ્બ – ખોટી જોડણી છે.

અંબા કે અમ્બા, ઈંદ્ર કે ઈન્દ્ર, કાંતા કે કાન્તા અને બોમ્બ કે બૉંબ લખાય.

જોડાક્ષર વિશે ધ્યાનમાં રાખવાની બાબતો

(1) કૃ + ષ = ક્ષ, – પરીક્ષા, ક્ષત્રિય, અધીક્ષક, ક્ષમા

(2) જ + ગ = જ્ઞ – યજ્ઞ, તજ્જ્ઞ, જ્ઞાની

(3) દ + ઋ = દૃ – દૃષ્ટિ, દૃષ્ટાંત (દ્રષ્ટિ, દ્રષ્ટાંત – અશુદ્ધ છે)

(4) દ + દ = દ્દ, ઉદ્દેશ્ય, મુદ્દો

(5) દ + ધ = દ્ધ, – યુદ્ધ, ઉદ્ધાર (યુધ્ધ, ઉધ્ધાર – અશુદ્ધ છે)

(6) દ + મ = દ્મ, – પદ્મા, પદ્મિની

(7) દ + ય = દ્ય, – વિદ્યાર્થી, પદ્ય (વિધ્યાર્થી, પધ્ય – અશુદ્ધ છે)

(8) દ + ર = દ્ર, – દ્રવ્ય, દ્રાક્ષ, દ્રૌપદી

(9) દ + વ = દ્વ, વિદ્વાન, દ્વન્દ્વ,

(10) ધ + ધ = ધ્ધ, અધ્ધર, સધ્ધર

(11) ધ + ય = ધ્ય, – ધ્યાન, પ્રાધ્યાપક

(12) શ + વ = શ્વ, અશ્વ, વિશ્વ, પાર્શ્વ

(13) શ + ય = શ્ય, નિશ્ચિત, પશ્ચિમ

(14) શ + ર = શ્ર, પરિશ્રમ, શ્રમિક, શ્રેણી

(15) શ્ + ન= શ્ન, પ્રશ્ન, જશ્ન

(16) ત્ + ત = ત્ત, સત્તા, ઉત્તમ, મહત્વ (સતા, ઉતમ મહત્વ – અશુદ્ધ છે)

(17) સ્ + ર = સ્ર, સહસ્ર, સ્રોત, સ્રષ્ટા (સહસ્ત્ર, સ્ત્રોત, સ્ત્રષ્ટા – અશુદ્ધ છે)

(18) સ્ + ત્ + ર = સ્ત્ર, સ્ત્રી, વસ્ત્ર, અસ્ત્ર

(19) હ્ + ઋ = હૃ હૃદય, હૃષ્ટપુષ્ટ

(20) હ્ + ન = હ્ન, વિરામચિહ્ન, મધ્યાહ્ન (વિરામચિન્હ, મધ્યાન્હ – અશુદ્ધ છે)

(21) હ્ + મ = હ્મ, બ્રહ્મ, બ્રાહ્મણ

(22) હ્ + ય = હ્ય, સહ્ય, રહ્યું

(23) હ્ + ર = હ્ર, હ્રસ્વ, હ્રાસ

(24) ડ્ + ર = ડ્ર, ડ્રોઇંગ, ડ્રાફ્ટ

(25) ટ્ + ર = ટ્ર, રાષ્ટ્ર, સૌરાષ્ટ્ર

(26) સ્ + ઋ = સૃ, સૃષ્ટિ, સૃષ્ટિરચના

(27) પ્ + ઋ = પૃ, પૃથ્વી, પૃચ્છા

નોંધ : રેફ – 'હંમેશા પૂરા વર્ણ પર આવે, જોડાક્ષર પર નહીં'

જેમ કે : આર્ટ્ સ, (અશુદ્ધ) – આર્ટ્સ (શુદ્ધ)

માર્ક્ સ (અશુદ્ધ) – માર્ક્સ

જોડાક્ષરમાં ભૂલ થતી હોય તેવા શબ્દોની જોડણી

અશુદ્ધ – શુદ્ધ

ઉશ્વાસ – ઉચ્છ્વાસ

ઉધ્ઘાટન – ઉદ્ ઘાટન

બુધ્ધિ – બુદ્ધિ

આદ્રતા – આર્દ્રતા

વર્ડ્ ઝ – વર્ડ્ઝ

સ્રગ્ધરા – સગ્ધરા

સહસ્ત્ર – સહસ્ર

સ્ત્રોત – સ્રોત

ચિન્હ – ચિહ્ન

મધ્યાન્હ – મધ્યાહ્ન

અદ્રશ્ય – અદૃશ્ય

દ્રષ્ટાંત – દૃષ્ટાંત

સાદ્રશ્ય – સાદૃશ્ય

દૃષ્ટા – દ્રષ્ટા

સ્રાવ – સાવ

સ્રાવ – સ્રષ્ટા

સ્રોતસ્વિની – સ્રોતસ્વિની

અશુદ્ધ – શુદ્ધ

હૃષિકેશ – હૃષીકેશ

સ્વશુર – શ્વશુર

શ્રાધ્ધ – શ્રાદ્ધ

શ્રધ્ધાંજલિ – શ્રદ્ધાંજલિ

શ્રૃંગાર – શૃંગાર

શ્રૃંખલા – શૃંખલા

સ્વેત – શ્વેત

વૈદગ્ધ – વૈદગ્ધ્ય

સન્યાસી – સંન્યાસી

અશુધ્ધ – અશુદ્ધ
વૃંદાવન – વૃંદાવન
વૃધ્ધ – વૃદ્ધ
વૃતાંત – વૃત્તાંત
વિધર્થ – વિધ્યર્થ
વિદ્ધંસ – વિધ્વંસ
વિદ્રતા – વિદ્વતા
વાત્સાયન – વાત્સ્યાયન
અશુદ્ધ – શુદ્ધ
વાક્દતા – વાગ્દત્તા
યાદ્રેશ – યાદૃશ
યાદ્રચ્છિક – યાદૃચ્છિક
યાવત્જીવન – યાવજ્જીવન
યુધ્ધ – યુદ્ધ
યધ્યપિ – યદ્યાપિ
મલેચ્છ – મ્લેચ્છ
મુત્સદી – મુત્સદ્દી
માતૃછાયા – માતૃચ્છાયા
મધ્યાર્ક – મદ્યાર્ક
ભાતૃત્વ – ભ્રાતૃત્વ
ભૃણહત્યા – ભૂણહત્યા
ભૂગુકચ્છ – ભૃગુકચ્છ
બ્રહ્મરંદ્ર – બ્રહ્મરંધ્ર
બૌધ્ધ – બૌદ્ધ
આર્યુવેદ – આયુર્વેદ
પ્રસૂતિગૃહ – પ્રસૂતિગૃહ
પ્રધ્યુમન – પ્રદ્યુમન
પ્રતિબધ્ધ – પ્રતિબદ્ધ
પૌરસ્ત્ર્ય – પૌરસ્ત્ય
ઉધ્ધાર – ઉદ્ધાર
પજર્ન્ય – પર્જન્ય
પરિછેદ – પરિચ્છેદ
પધ્ધતિ – પદ્ધતિ
પત્થર પથ્થર
પૃથ્થકરણ – પૃથક્કરણ
પધ્ય – પદ્ય
નૈઋર્ત્ય – નૈઋત્ય
નૈવેધ – નૈવેદ્ય
દૃષ્ટવ્ય – દ્રષ્ટવ્ય
અશુદ્ધ – શુદ્ધ
દાવ્ય – દ્રાવ્ય
દ્રષ્ટિભેદ – દૃષ્ટિભેદ
દુર્ઘષ – દુર્ધર્ષ
ગદ્ધાવૈતરું – ગધ્ધાવૈતરું
ક્રંદન – ક્રંદન

અગ્નિયસ્ત્ર – અગ્ન્યસ્ત્ર
અદ્રશ્ય – અદૃશ્ય
અદ્યાત્મ – અધ્યાત્મ
અધર્યુ – અધ્વર્યુ
અનુદિષ્ટિ – અનુદિષ્ટ
અર્થછાયા – અર્થચ્છાયા
અર્હનિશ – અહર્નિશ
અંતર્ધ્યાન – અંતર્ધાન
આત્મવેતા – આત્મવેત્તા
આષદૃષ્ટા – આર્ષદ્રષ્ટા
આલ્હાદક – આહ્લાદક
જીણૌધ્ધાર – જીણૌદ્ધાર
ધૂમપાન – ધૂમ્રપાન
વૈવિધ્ય – વૈવિધ્ય
તત્વાર્થ – તત્ત્વાર્થ
જ્યોતિશાસ્ત્ર – જ્યોતિષશાસ્ત્ર
જ્યોતિલિંગ – જ્યોતિર્લિંગ
જ્યોતિવિદ્યા – જ્યોતિષવિદ્યા
જ્યોતિમંડલ – જ્યોતિર્મંડલ
જ્યોતિવિદ – જ્યોતિર્વિદ
જિદ – જિદ્દ, જીદ
જગત્નિયંતા – જગન્નિયંતા
ચિતશુદ્ધિ – ચિત્તશુદ્ધિ
ચાર્તુમાસ – ચાતુર્માસ
ચતુવર્ણ – ચતુર્વણ
અશુદ્ધ – શુદ્ધ
ગ્રહસ્થ – ગૃહસ્થ
ગૃહપૂજા – ગ્રહપૂજા
ગાદગદિત – ગદ્ગદિત
કૃચ્છ – કૃચ્છ્ર
કતૃત્વ – કર્તૃત્વ
વકૃત્વ – વક્તૃત્વ
અછેદ્ય – અચ્છેદ્ય
અદ્વિતિય – અદ્વિતિય
અદ્ધર – અધ્ધર
અધ્યતન – અદ્યતન
અભેદ્ય – અભેદ્ય
અધાર્ઇ – અર્ધાઇ
અંતર્શ્ક્ષુ – અંતર્ચક્ષુ, અંતશ્ચક્ષુ
અંતદર્શન – અંતર્દર્શન
આદ્રા – આર્દ્રા
આશીવાદ – આશીર્વાદ
ઉશ્વસન – ઉચ્છ્વસન
તજ્ઞ – તજ્જ્ઞ
મુદ્રામાલ – મુદ્રામાલ

સ્વછંદી – સ્વચ્છંદી
ષષ્ટક – ષટ્ક
અત્યંજ – અંત્યજ
ચિન્હ – ચિહ્ન
પ્રિયવંદા – પ્રિયંવદા
નર્ક – નરક
જગત્ચક્ષુ – જગચ્ચક્ષુ
ષડયંત્ર – ષડયંત્ર
કદાચિત – કદાચિત્
ક્વચિત – કવચિત્
પશ્ચાદભૂમિ – પશ્ચાદ્ ભૂમિ
અશુદ્ધ – શુદ્ધ
પૃથક્ જન – પૃથગ્જન
અર્થાત – અર્થાત્
સાક્ષાત – સાક્ષાત્
કિંચિત – કિંચિત્
પશ્ચાત – પશ્ચાત્
યત્કિંચિત – યત્કિંચિત્
દંડવત – દંડવત્
આત્મસાત – આત્મસાત્
મિત્રવત – મિત્રવત્
ભાગ્યવશાત – ભાગ્યવશાત્
દૈવવશાત – દૈવવશાત્
સ્ત્રિયોપયોગી – સ્ત્ર્યુપયોગી
સુદ્ધા – સુધ્ધા
કમિશ્નર – કમિશનર
તસ્વીર – તસવીર
નિર્ઋતિ – નિર્ઋતિ
દ્રષ્ટિભેદ – દૃષ્ટિભેદ
ભિસ્સાકાત્રુ – ભિસ્સાકાતરુ
ધ્રતરાષ્ટ્ર – ધૃતરાષ્ટ્ર
ષડદર્શન – ષડ્દર્શન
ષડરિપુ – ષડ્ રિપુ, ષડ્રિપુ
ષટપદ – ષટ્પદ્
ષટકોણ – ષટ્કોણ
પ્રસંગોપાત – પ્રસંગોપાત્
અગત્સ્ય – અગસ્ત્ય
વૈર્ધમ્ય – વૈધર્મ્ય
નિષિદ્ધ – નિષિદ્ધ
આહવાન – આહ્ વાન
હિંસ્ર – હિંસ
સહસ્રલિંગ – સહસલિંગ
અશુદ્ધ – શુદ્ધ
રક્તસ્ત્રાવ – રક્તસાવ
તમિસ્ર – તમિસ્ર

ધૃણા – ધૃણા
ઉદીપક – ઉદ્દીપક
દ્વારપાલ – દ્વારપાલ
વિધ્યમાન – વિદ્યમાન
આધ્યકવિ – આદ્યકવિ
વિદ્ધતા – વિદ્વતા
અશુદ્ધ – શુદ્ધ
ઉધ્ધવ – ઉદ્ધવ
શબ્દસમૃધ્ધિ – શબ્દસમૃદ્ધિ
બુધ્ધિ – બુદ્ધિ
નિર્ધૂન – નિર્ધૂન
અનુસ્રાવ – અનુસાવ
અદ્રશ્ય – અદૃશ્ય
પન્યાસ – પંન્યાસ
વિસર્ગવાળા શબ્દો
અંતત:
અંશત:
મૂલત:
વિશેષત:
સંપૂર્ણત:
ક્રમશ:
શબ્દશ:
અક્ષરશ:
વસ્તુત:
સર્વત:
સર્વેશ:
ખંડશ:
ક્રમશ:
પ્રાત:સ્મરણ
પ્રાત:કાળ
પ્રાત:સ્નાન
પ્રાત:કર્મ
પ્રાત:સંધ્યા
ઉષ:કાલ
પ્રાય:
પ્રાયશ:
પુન:
તપ:પ્રભાવ
પય:પાન
મન:કામના
મન:પૂત
મન:શિલ
પુન:કથન
પુર:સર
સ્વત:

દુ:સહ
દુ:સાધ્ય
દુ:સ્વપ્ન
દુ:શીલ
દુ:શાસન
દુ:સાહસ
દુ:સ્થિતિ
અંત:કોણ
અંત:પ્રકૃતિ
અંત:કરણ
અંત:કેન્દ્ર
અંત:પ્રવાહ
અંત:પ્રેરણા
અંત:સત્વા
અંત:સ્ફુરણા
અંત:સ્થ
અંત:પુર
અંત:શત્રુ
અંત:સ્ફૂર્તિ
અધ:પતન
અધ:પાન
અધ:પતિત
અધ:કામ
અંત:કુટીલ
અંત:પટ
અંત:પાતી
અંત:માત્ર
અંત:શલ્ય
નિ:શ્રેયસ
નિ:શેષ
નિ:સંતાન
નિ:સત્વ
નિ:શુલ્ક
નિ:શ્વાસ
નિ:સંગ
નિ:સંશય
નિ:સ્વાર્થ
નિ:સ્પૃહી
નિ:સીમ
નિ:સ્તબ્ધ
નિ:શબ્દ
નિ:શસ્ત્રીકરણ
નિ:શસ્ત્ર
દુ:ખ
દુ:ખમય

દુ:ખકર્તા
દુ:ખકર
દુ:ખહારિણી
દુ:ખાર્ત
દુ:ખદાયક
સ્વત:સિદ્ધ
(1) હ્રસ્વ ઇ આવતા હોય તેવા શબ્દો
અગ્રિમ
અતિથિ
અદિતિ
અનિષ્ટ
અલિપ્ત
અંજલિ
અંત્યેષ્ટિ
આસક્તિ
આંશિક
ભ્રાન્તિ
જિલ્લો
ઐચ્છિક
ઔચિત્ય
આવૃત્તિ
અવધિ
કનિષ્ઠ
કિસ્મત
કોશિશ
ખાણિયો
ખેપિયો
ગર્ભિત
ચાંચિયો
જાગૃતિ
જ્યોતિષ
તિમિર
તોતિંગ
ત્વરિત
દિલાસો
દારિદ્રય
ધિક્કાર
નાસ્તિક
નિમિષ
નિર્દિષ્ટ
નિર્મળ
નિશ્ચિત
નિષિદ્ધ
નિષ્ક્રિય
નિહિત

નિ:શસ્ત્ર
પાક્ષિક
પાર્થિવ
પ્રકૃતિ
પ્રસિદ્ધિ
ફિરસ્તો
ભૌમિક
મસ્જિદ
મંજિલ
મિશ્રિત
રસિક
રિવાજ
લિબાસ
વિક્રેતા
વિકૃતિ
વિચિત્ર
વિચ્છિન્ન
વિજ્ઞપ્તિ
વિભિન્ન
વિવિધ
શાબ્દિક
શિક્ષિકા
અચિંતિત
અધિકૃત
અભિજિત
અનિશ્ચિત
અભિવ્યક્તિ
સાત્ત્વિક
સંક્રાન્તિ
સંપત્તિ
સ્વૈચ્છિક
સારથિ
શિશિર
શિબિર
શિથિલ
અભિવૃદ્ધિ
ગિરિધામ
ચિકિત્સક
ઇતિહાસ
આદિજાતિ
છિન્નભિન્ન
તિલાંજલિ
દાર્શનિક
નિમંત્રિત
નિર્દેશિકા

નિર્વાસિત
પરિમિતિ
પ્રતિનિધિ
બૃહસ્પતિ
લિખિતંગ
પરિસ્થિતિ
દ્વિવાર્ષિક
પરિશિષ્ટ
પરિચિત
નિહારિકા
નિર્ધારિત
વિચલિત
વિનિમય
વિનિયોગ
વિસંગતિ
સાહિત્યિક
સ્વાભાવિક
અધિનિયમ
અવિવાહિત
કિલકિલાટ
ચિત્રવિચિત્ર
હસ્તલિખિત
સ્વનિયંત્રિત
સ્થિતિસ્થાપક
લક્ષાધિપતિ
પારિભાષિક
પારિતોષિક
મહાભિનિષ્ક્રમણ
(2) દીર્ઘ – ઈ આવતા હોય તેવા શબ્દો
દીક્ષા
હીંચકો
સાગરીત
અશ્લીલ
આલીશાન
કાર્યવાહી
ખીચોખીચ
તલસ્પર્શી
દીપોત્સવી
ન્યાયાધીશ
નાણાકીય
દીવાસળી
તબદીલી
સહીસલામત
હરીફાઈ
ભાગીદારી

શીર્ષક
વહીવટી
સ્વામી
અર્વાચીન
ક્ષેત્રીય
જામીન
તારીજ
તાસીર
નામોશી
દીકરો
દાગીનો
ગ્રામીણ
બીભત્સ
પ્રણાલી
સમીક્ષા
સ્વચ્છંદી
યાદગીરી
પીંછી
અકાદમી
આંતરજ્ઞાતીય
આશીર્વાદ
કોતરણી
છડીદાર
તકલીફ
ધારાશાસ્ત્રી
નેતાગીરી
દીવાદાંડી
ગરીબાઈ
સ્નેહાધીન
સમકાલીન
મશાલચી
મીનાકારી
ખીંટી
આગોતરી
તપાસનીસ
આત્મીય
ચીકાશ
ટીકડી
તબીબ
પરીક્ષા
દીવાલ
દીદાર
તાલીમ
જયંતી
ભીષણ

રાષ્ટ્રીય
સ્વીકાર
(3) પ્રથમ – હ્રસ્વ 'ઇ' પછી દીર્ઘ – 'ઈ' વાળા શબ્દો
શિલ્પી
શક્તિહીન
કામિની
વાહિની
વિચારહીન
જિંદગી
માલિકી
વિરોધાભાસી
તિજોરી
નાળિયેરી
સ્વદેશાભિમાની
કવયિત્રી
વિપરીત
બિંદી
દિલગીરી
છેતરપિંડી
કિરીટ
માહિતી
સત્તાધિકારી
દર્શિની
મોહિની
નિકટવર્તી
આદિવાસી
પ્રતિવાદી
ચિઠ્ઠી
તંગદિલી
તરંગિણી
ગિરદી
મિજાજી
સહચારિણી
ત્રિરંગી
ગતિશીલ
પરિશીલન
અધિકારી
પ્રતિસ્પર્ધી
કારકિર્દી
તપસ્વિની
હરિયાળી
ગૃહિણી
વિદ્યાર્થી
વિશ્વસનીય
ત્રિભાષી

તકનિકી
બિનવારસી
અદ્વિતીય
નિરીક્ષક
વિકેન્દ્રીકરણ
ફરિયાદી
કિન્નાખોરી
ક્રિયાશીલ
દ્વિઅર્થી
બિલાડી
ખિસકોલી
મિજબાની
વિલીન
સાબિતી
વરિયાળી
વિનવણી
કિંવદંતી
દામિની
દિવાળી
નિશીથ
ખેલદિલી
વિરોધી
શિકારી
સિત્યાશી
વિદ્યાપીઠ
વિભીષણ
(4) પ્રથમ દીર્ઘ – 'ઈ' પછી હ્રસ્વ – 'ઇ' વાળા શબ્દો
કીર્તિ
રીતિ
પ્રાણીસૃષ્ટિ
પીડિત
તેલીબિયાં
દીપાવલિ
જીવિત
ભીતિ
અપકીર્તિ
અસ્વીકૃતિ
નીતિ
ગેરરીતિ
પરીક્ષિત
શારીરિક
આજીવિકા
સાંદીપનિ
પ્રીતિ
અનીતિ

રીતરિવાજ
(5) હ્રસ્વ 'ઉ' વાળા શબ્દો
ઉત્કૃષ્ટ
ભુલભુલામણી
જાહેરનામું
ખુન્નસ
ખુશનુમા
સુષુપ્ત
પર્યુષણ
ઉપોદ્ ઘાન
અજુગતું
અનુકરણ
કુંવારું
ઉછાંછળું
ગુરુત્વાકર્ષણ
હુમલો
ગુપચુપ
ઉપરછલ્લું
મહોરું
બેસુમાર
કુટુંબ
ઉચ્છૃંખલ
તદ્પરાંત
દુષ્કાળ
ખુશામત
ડગુમગુ
લોલુપ
વ્યવહારુ
ગુંજાશ
આગંતુક
વટહુકમ
ગોઝારું
ઉપર્યુક્ત
છુટકારો
લુટારો
ફુરસદ
(6) દીર્ઘ 'ઊ' વાળા શબ્દો
અમૂર્તિ
આમૂલ
અંગૂઠો
કસૂર
ઝૂંટાઝૂંટ
અભૂતપૂર્વ
જાગરૂક
ખૂબસૂરત

ન્યૂન
ફ્રવો
ઊર્ધ્વ
સ્વયંભૂ
આબેહૂબ
કબૂલાત
મશહૂર
આરૂઢ
રૂબરૂ
સમૂહ
સૂર્યાસ્ત
આભૂષણ
ઊહાપોહ
ઊગમસ્રોત
આપસૂઝ
ચૂપચાપ
પરચૂરણ
કસૂરદાર
અવધૂત
ખેડૂત
ઊગમસ્થાન
અવમૂલ્યન
છૂટાછેડા
છૂતઅછૂત
ઊણપ
આબરૂ
સૂનમૂન
ઘૂંઘટ
ધામધૂમ
રજૂઆત
ફ્રપન
ચકચૂર
બદસૂરત
કાનૂન
મોકૂફ
રૂપાંતર
ઊંચાણ
ભૂપૃષ્ઠ
વર્તણૂંક
ઝરૂખો
(7) પ્રથમ હ્રસ્વ – 'ઉ' પછી દીર્ઘ – 'ઊ' આવતા શબ્દો
મુહૂર્ત
શુશ્રૂષા
અનુકૂળ
અનુભૂત

અનુરૂપ
કુતૂહલ
પુત્રવધૂ
સાનુકૂળ
કુળવધૂ
અનુભૂત
અનુકૂલન
ખાતમુહૂર્ત

(8) પ્રથમ દીર્ઘ – 'ઊ' પછી હ્રસ્વ – 'ઉ' આવતા શબ્દો

ઊલટું
ગૂંચળું
બેસૂરું
રૂપાળું
જૂનું
ઝઝૂમવું
હૈયાફૂટું
દૂબળું
બેહૂદું
પૂતળું
સૂકું
મોરથૂથું
ઊજળું
ઝૂમખું
ફૂમતું
છૂંદણું
કદરૂપું
મોંસૂઝણું
અધમૂઉ
અલૂણું
સલૂણું
જૂગટું
ટચૂકડું

(9) ભાવવાચક શબ્દોને 'તા' અને 'પણું' વધારાનો પ્રત્યય લગાડાતાં ખોટી જોડણીવાળા શબ્દ

અશુદ્ધ – શુદ્ધ
અગવડતા – અગવડ
આરોગ્યતા – આરોગ્ય
ધૈર્યતા – ધૈર્ય, ધીરતા
માર્દવતા – માર્દવ, મૃદુતા
લાઘવતા – લાઘવ, લઘુતા
શૌર્યતા – શૌર્ય, શૂરતા
ઔદાર્યતા – ઔદાર્ય, ઉદારતા
વૈપુલ્યતા – વિપુલ, વૈપુલ્ય
ભેદભાવપણું – ભેદભાવ
અગત્યતા – અગત્ય
સગવડતા – સગવડ

ઝીણવટતા – ઝીણવટ
માર્દવતા – માર્દવ, ધીરતા
અશુદ્ધ – શુદ્ધ
લાવણ્યતા – લાવણ્ય
સાફલ્યતા – સાફલ્ય, સફળતા
સૌન્દર્યતા – સૌન્દર્ય, સુંદરતા
વૈવિધ્યતા – વૈવિધ્ય, વિવિધતા
પક્ષપાતપણું – પક્ષપાત

(10) સ્વતંત્ર અક્ષરના બદલે જોડાક્ષર લખવાથી થતી ભૂલો

અશુદ્ધ – શુદ્ધ
કાવત્રું – કાવતરું
ગણત્રી – ગણતરી
તસ્વીર – તસવીર
અખત્રો – અખતરો
ખાત્રી – ખાતરી
જલ્દી – જલદી
દફ્તર – દફતર
બ્હેન – બહેન
મુલત્વી – મુલતવી
લ્હાવો – લહાવો
બિલ્કુલ – બિલકુલ
સુપ્રત – સુપરત
આલ્બમ – આલબમ
મિલ્કત – મિલકત
શેત્રંજી – શેતરંજી
મર્હૂમ – મરહૂમ
ખિસ્સાકાત્રુ – ખિસ્સાકાતરુ
રેલ્વે – રેલવે
કમિશ્નર – કમિશનર

(11) નીચેના શબ્દોની જોડણી યાદ રાખો, જ્યાં ત્ ની સાથે ત હોય ત્યાં ત્ત લખાય

અશુદ્ધ – શુદ્ધ
સતા – સત્તા
વિદ્વતા – વિદ્વત્તા
મહત્વ – મહત્ત્વ
પુરાતત્વ – પુરાતત્ત્વ
નીતિમતા – નીતિમત્તા
પ્રજાસતાક – પ્રજાસત્તાક
ચિત – ચિત્ત
મહતર – મહત્તર
વિત – વિત્ત
સ્વાયત – સ્વાયત્ત
વિષુવવૃત – વિષુવવૃત્ત
આપતિ – આપત્તિ
મનોવૃતિ – મનોવૃત્તિ
અગરબતી – અગરબત્તી

છાત્રવૃતિ – છાત્રવૃત્તિ

અશુદ્ધ – શુદ્ધ

ગુણવતા – ગુણવત્તા

તત્વ –તત્ત્વ

સત્વ – સત્ત્વ

બુદ્ધિમતા – બુદ્ધિમત્તા

તત્વવેતા – તત્ત્વવેત્તા

ઉતર – ઉત્તર

નિમિત – નિમિત્ત

ઉદાત – ઉદાત્ત

પિત – પિત્ત

નિવૃત – નિવૃત્ત

સંપતિ – સંપત્તિ

ઉત્પતિ – ઉત્પત્તિ

બતી – બત્તી

ઉતીર્ણ – ઉત્તીર્ણ

(12) જોડણીમાં અવારનવાર થતી ભૂલોવાળા શબ્દો

અશુદ્ધ – શુદ્ધ

સન્યાસી – સંન્યાસી

આર્યુવેદ – આયુર્વેદ

ઔદ્યોગીકરણ – ઉદ્યોગીકરણ

કવિયિત્રી – કવયિત્રી

જયંતિ – જયંતી

અશ્વમેધ – અશ્વમેઘ

આશીવાદ – આશીર્વાદ

કથિતવ્ય – કથયિતવ્ય

ગુનાઈત – ગુનાહિત

જીલ્લો – જિલ્લો

ધ્રૂમપાન – ધૂમ્રપાન

નિરુપદ્રવી – નિરુપદ્રવી

નીતિવાન – નીતિમાન

નૃસંશ – નૃશંસ

પરિશિષ્ઠ – પરિશિષ્ટ

પુનરોચ્ચાર – પુનરુચ્ચાર

પૃથ્થકરણ – પૃથક્કરણ

શાળાપયોગી – શાળોપયોગી

સન્મુખ – સંમુખ, સમ્મુખ

સ્ત્રગ્ધરા – સગ્ધરા

ચિન્હ – ચિહ્ન

શ્રૃંગાર – શૃંગાર

શ્રધ્ધા – શ્રદ્ધા

દ્રષ્ટાંત – દૃષ્ટાંત

વિધ્યાર્થી – વિદ્યાર્થી

નિરભિમાની – નિરભિમાની

નિરુત્તર – નિરુત્તર

નુકશાન – નુકસાન
નૈઋત્ય – નૈર્ઋત્ય
પુનરોક્તિ – પુનરુક્તિ
પુનરોદ્ધાર – પુનરુદ્ધાર
પ્રસંગોપાત – પ્રસંગોપાત્ત
ષષ્ઠીપૂર્તિ – ષષ્ટિપૂર્તિ
સહસ્ત્ર – સહસ્ર
સ્રોત – સોત
આર્ટ્‌સ – આર્ટ્સ
પધ્ધતિ – પદ્ધતિ
ઉધ્ધત – ઉદ્ધત
સ્ત્રાવ – સાવ
· કેટલાક અગત્યના શબ્દોની જોડણી
1. અખીલ
2. અગ્નિપરીક્ષા
3. અચિંત્ય
4. અજુગતું
5. અતિથિ
6. અદ્‌ ભૂત
7. અધિનિયમ
8. અધીક્ષક
9. અધ્યાપિકા
10. અનાવૃષ્ટિ
11. અનિશ્ચિત
12. અનુકૂળ
13. અનુકૂલન
14. અનુભૂતિ
15. અપકીર્તિ
16. અપેક્ષિત
17. અભિવાદ્ય
18. અભિવૃદ્ધિ
19. અભિવ્યક્તિ
20. અશ્લીલ
21. અસંગતિ
22. અસ્તિત્વ
23. અંધાધૂંધી
24. અવલંબિત
25. અવિધિસર
26. આજિવિકા
27. આયુર્વેદિક
28. આસિસ્ટંટ
29. આસક્તિ
30. આર્થિક
31. આશીર્વાદ
32. આવિષ્કરણ

33. આપવીતી
34. આપત્તિ
35. આહ્‌લાદિત
36. આહુતિ
37. અભિરુચિ
38. અપરાધિની
39. અધિપતિ
40. ઈન્સાનિયત
41. ઈન્સ્પેક્ટર
42. ઈન્સ્ટિટ્યૂશન
43. ઉત્કીર્ણ
44. ઉત્તરદાયિત્વ
45. ઉત્તીર્ણ
46. ઉદ્યોગપતિ
47. ઉન્મૂલન
48. ઉપોદ્ઘાત
49. ઋણમુક્ત
50. ઋણાનુબંધ
51. ઐતિહાસિક
52. કમિટી
53. કાઉન્સિલ
54. કામબંધી
55. કિલકિલાટ
56. કિંકર્તવ્યમૂઢ
57. કુલાધિપતિ
58. કુંડળી
59. કૃતઘ્ન
60. કેબિનેટ
61. કેલ્શિયમ
62. કૉન્સ્ટેબલ
63. કૉમ્યુનિસ્ટ
64. ક્લિનિક
65. ક્લૉરોફૉર્મ
66. ખાતમુહૂર્ત
67. ખૂબસૂરત
68. ગિરિમથક
69. ગૃહિણી
70. ગેરવર્તણૂક
71. ગ્રૅજ્યુએટ
72. ઘ્રાણેન્દ્રિય
73. ચસમપોશી
74. ચિત્તાકર્ષક
75. ચિત્રમંજૂષા
76. છીછરું
77. જિંદગી

78. જીણોદ્ધાર
79. ઝિંદાદિલી
80. જ્યોતિર્ધર
81. ટિકિટ
82. ટેલિફોન
83. ટેલિવિઝન
84. ટ્રિબ્યુનલ
85. ડિપાર્ટમેન્ટ
86. ડિલિવરી
87. ડિસમિસ
88. તખલ્લુસ
89. તત્કાલીન
90. તદનુસાર
91. તપાસનીસ
92. નાદાનિયત
93. નાદિરશાહી
94. નિમંત્રણ
95. નિયુક્તિ
96. નૈસર્ગિક
97. ન્યાયમૂર્તિ
98. ન્યાયાધીશ
99. પરબીડિયું
100. પરિચિત
101. પર્યુષણ
102. પાર્લામેન્ટ
103. પૂર્ણાહુતિ
104. પૃથક્કરણ
105. પેન્સિલ
106. પોલિસી
107. પ્રણાલી
108. પ્રભાતિયું
109. પ્રાકૃતિક
110. પ્રાથમિક
111. પ્રાસ્તાવિક
112. પ્રિસ્ક્રિપ્શન
113. પ્લેટફોર્મ
114. પ્રોસિક્યુટર
115. ફર્નિચર
116. ફિઝિશિયન
117. ફોર્મ્યુલા
118. બદનક્ષી
119. બરાબરિયું
120. બહિષ્કાર
121. બહુરાષ્ટ્રીય
122. બાઈન્ડીંગ

123. બોર્ડિંગ
124. બ્રોડકાસ્ટ
125. બ્લોટિંગ
126. ભુલભુલામણી
127. ભૂસ્તરવિદ્યા
128. મહેફિલ
129. મિજબાની
130. મિનિસ્ટર
131. મૂર્ખતા
132. મેમોરિયલ
133. મોન્ટેસોરી
134. વિશ્વસનીય
135. શિષ્યવૃત્તિ
136. શૈક્ષણિક
137. સદ્ બુદ્ધિ
138. સરમુખત્યાર
139. સર્ટિફિકેટ
140. સહીસલામત
141. સંઘરાખોરી
142. સાત્વિક
143. સામ્રાજ્ય
144. સાહિત્યિક
145. સૂક્ષ્મદર્શકયંત્ર
146. સૃષ્ટિ
147. સેનેટોરિયમ
148. સૉલિસિટર
149. સ્પષ્ટીકરણ
150. હસ્તલિખિત
151. હાર્મોનિયમ
152. હિમોગ્લોબિન
153. હૂંડિયામણ
154. હોસ્પિટલ
155. હિસ્ટીરિયા
156. હૈયાફૂટું
157. હોદ્દેદાર
158. હરગિજ
159. હસમુખું
160. હેલિપેડ
161. હીરાપારખુ
162. અકિંચન
163. અગણ્યાઍંસી
164. અતિશયોક્તિ
165. અપૂર્ણાંક
166. અભિનંદન
167. અચિંતિત

168. અભિષેક
169. અશ્મીભૂત
170. અસ્વીકૃતિ
171. આદિવાસી
172. આધ્યાત્મિક
173. આનુવંશિક
174. આભૂષણ
175. આસિસ્ટંટ
176. આત્મશ્લાઘા
177. આદીશ્વર
178. આજીજી
179. આજિવિકા
180. ઇંગ્લિશ
181. ઉછેદિયું
182. ઉઠમણું
183. ઉત્પાદિત
184. ઉદ્દીપક
185. એડવોકેટ
186. એસોસિયેશન
187. ઔદ્યોગિક
188. કિફાયત
189. કીર્તન
190. કોહિનૂર
191. ગળથૂથી
192. ગંગાજળિયું
193. પરીક્ષા
194. ઉદ્ ગ્રીવ
195. કૃતઘ્ની
196. જિંદગી
197. વીજળી
198. કારકિર્દી
199. બહુરૂપી
200. પ્રતિબિંબ
201. પ્રીતમ
202. પ્રોષિતભર્તૃકા
203. દિલગીરી
204. પરિસ્થિતિ
205. નિશાની
206. પ્રતિધ્વનિ
207. તાત્કાલિક
208. ઉત્કર્ષ
209. નિઃસ્પૃહ
210. પ્રકૃતિ
211. અનિયંત્રિત
212. આવિર્ભાવ

213. રેલવે
214. ઍન્જિનિયર
215. ટેલિવિઝન
216. માર્કેટયાર્ડ
217. અગણ્યોસિત્તેર
218. અધિક્ષેત્ર
219. અનિવાર્ય
220. અપરિગ્રહ
221. અલ્ટિમેટમ
222. અસ્તિત્વવાદ
223. આઇડેન્ટિટી કાર્ડ
224. આર્કિયોલોજિસ્ટ
225. આર્ટિકલ
226. આવિર્ભૂત
227. આંતરસૂઝ
228. ઈકોનોમિક્સ
229. ઈન્જેક્શન
230. ઈન્ટરવ્યૂ
231. ઈલેક્ટ્રિશિયન
232. ઉલ્લિખિત
233. ઊંચી ફ્લદ
234. ઍકોમોડેશન
235. ઍક્સિડન્ટ
236. ઍડમિશન
237. ઍનરોલમેન્ટ
238. ઍરકંડિશનર
239. ઓડિયન્સ
240. ઑફિશિયલ
241. કૉમર્સ
242. કૉમ્યુનિકેશન
243. ક્રિકેટ
244. ક્લાસિકલ
245. ક્વૉલિફિકેશન
246. ગાયનેકૉલોજિક
247. ગોઠણબૂડ
248. ચિત્રપોથી
249. જનાન્તિકે
250. જર્નાલિસ્ટ
251. જિનિયસ
252. જ્યોતિર્લિંગ

www.ingramcontent.com/pod-product-compliance
Lightning Source LLC
Chambersburg PA
CBHW060218120726
48004CB00008B/1858